# Lời Chúa Cho Ngày Nay

## John R.W. Stott

Bản dịch tiếng Việt: **Văn Phẩm Hạt Giống**

Văn Phẩm Hạt Giống

Originally published in English under the title *God's Word for Today's World.*

Text © 2015 The Literary Executors of John Stott

Published 2015 by Langham Preaching Resources *an imprint of Langham Creative Projects*

Langham Partnership PO Box 296, Carlisle, Cumbia CA3 9WZ, UK

Vietnamese edition © 2022 by Văn Phẩm Hạt Giống.

---

Bản dịch bản quyền © 2022 Văn Phẩm Hạt Giống.

Bản dịch tiếng Việt: Văn Phẩm Hạt Giống

ISBN: 978-1-988990-63-7

Thiết kế bìa: Hoàng Bảo Trân

Bảo lưu bản quyền. Không phần nào trong xuất bản phẩm này được phép sao chép hay phát hành dưới bất kỳ hình thức hoặc phương tiện nào mà không có sự cho phép bằng văn bản của nhà xuất bản giữ bản quyền, ngoại trừ các trích dẫn ngắn trong những bài phê bình sách.

Phần Kinh thánh được trích dẫn từ Bản Truyền Thống Hiệu Đính, trừ những phần có ghi chú bản dịch cụ thể. Bản quyền © 2010 bởi Liên Hiệp Thánh Kinh Hội. Đã được phép sử dụng. Bản quyền được bảo lưu.

# Mục lục

**Lời Nói Đầu** .................... 1

**Dẫn Nhập** ...................... 3

**1 Đức Chúa Trời Và Kinh Thánh** ........ 5
   1. Tính chất hợp lý của sự khải thị ....... 5
   1.2 Cách thức khải thị ............. 8
   1.3 Mục đích của sự khải thị ......... 13
   1.4 Kết luận .................. 14

**2 Đấng Christ Và Kinh Thánh** ......... 17
   2.1 Kinh thánh làm chứng về Đấng Christ ... 17
   2.2 Đấng Christ làm chứng cho Kinh thánh .. 21
   2.3 Kết luận .................. 26

**3 Đức Thánh Linh và Kinh Thánh** ....... 29
   3.1 Thánh Linh thấu suốt ........... 32
   3.2 Thánh Linh khải thị ............ 34
   3.3 Thánh Linh soi dẫn ............ 35
   3.4 Thánh Linh soi sáng ............ 38
   3.5 Kết luận .................. 42

**4 Hội Thánh Và Kinh Thánh** .......... 45
   4.1 Hội thánh cần Kinh thánh ......... 47
   4.2 Hội thánh phục vụ Kinh thánh ...... 52
   4.3 Kết luận .................. 53

| | | |
|---|---|---|
| 5 | **Cơ Đốc Nhân Và Kinh Thánh** | 57 |
| | 5.1 Sự khải thị của Đức Chúa Trời | 61 |
| | 5.2 Những lời hứa về sự cứu rỗi | 62 |
| | 5.3 Những điều răn phải vâng giữ | 64 |
| | 5.4 Kết luận | 67 |
| **Tái bút** | | 71 |

# Lời Nói Đầu

John Stott được nhiều người biết đến về năng lực giải nghĩa Kinh thánh vô cùng rõ ràng và gần gũi. Hàng ngàn người từ khắp nơi trên thế giới đã bày tỏ lòng biết ơn trước cách mà ông dẫn họ vào năng quyền sống động của Kinh thánh. Hơn thế, những quyển sách và bài giảng của ông đã trở nên nổi tiếng vì chúng làm cầu nối giữa Kinh thánh và thế giới đương đại: ông quan tâm đến việc cẩn thận lắng nghe cả hai thế giới, để đảm bảo cả hai có được sự kết nối cần thiết.

Ban đầu được xuất bản dưới nhan đề *Kinh thánh: Quyển sách cho ngày nay*, cuốn sách nhỏ này phản ánh mối quan tâm của tiến sĩ Stott, đó là Kinh thánh cần phải được nghiêm túc đón nhận ở mọi thời đại và mọi nền văn hóa. Tài liệu này lần đầu được đưa ra dưới dạng chuỗi năm bài giảng tại Hội thánh All Souls ở London, suốt tháng Hai và tháng Ba năm 1980, vì thế mỗi chương sách giải thích một bản văn Kinh thánh.

Quyển sách này đã được Catherine Nicholson hiệu đính và cập nhật, nhưng nội dung chính của sách vẫn được giữ nguyên như khi sách được xuất bản lần đầu tiên cách đây 30 năm. Tiến sĩ Stott đề cập đến những chủ đề quan trọng cho ngày nay cũng như ngày xưa. Như ông đã viết trong phần lời mở đầu của ấn bản đầu tiên: "Đây là quyển sách căn bản về thái độ của Cơ Đốc nhân trong lịch sử đối với Kinh thánh, về cách Kinh thánh hiểu chính Kinh thánh, là điều cần được tái phát biểu ở mọi thế hệ và vẫn là góc nhìn cần thiết để qua đó ta vật lộn với các vấn đề cấp thiết khác." Thật là đặc ân đối với Langham Preaching Resource khi đưa cuốn sách này đến với một thế hệ độc giả mới trên khắp thế giới.

Catherine Nicholson & Jonathan Lamb
Tháng Tư năm 2014

# Dẫn Nhập

Để bắt đầu, xin cho tôi đưa ra một vài điểm.

Đầu tiên, Kinh thánh tiếp tục là quyển sách bán chạy nhất thế giới. Vì sao? Toàn bộ Kinh thánh được dịch ra hơn 500 thứ tiếng, riêng Tân Ước hơn 1,300 thứ tiếng. Một số bảng đánh giá cho rằng trên năm tỉ cuốn Kinh thánh đã được in ra. Tại sao cuốn sách cổ này lại vẫn nằm trong top của các bảng xếp hạng?

Thứ nhì, và trớ trêu là, cuốn-sách-được-nhiều-người-mua này lại là cuốn-sách-bị-nhiều-người-lãng-quên. Có lẽ hàng chục ngàn người mua Kinh thánh nhưng chưa bao giờ đọc đến nó. Ngay cả trong các hội thánh, kiến thức Kinh thánh cũng rất nghèo nàn. Cách đây hơn 60 năm, Cyril Garbett, là Tổng giám mục xứ York khi ấy, đã viết: "Đa số mọi người (tại Anh) không bao giờ thật sự cầu nguyện, trừ khi ở trong một tình huống cấp bách, cũng không đọc Kinh thánh, trừ khi phải tìm sự trợ giúp trong một bài đố giải ô chữ, cũng không bước vào nhà thờ từ cuối năm này đến cuối năm khác, trừ lễ báp-têm, lễ cưới hay lễ tang". Và nếu điều đó đúng cách đây 60 năm, thì ngay nay, nó vẫn còn đúng.

- Ít cha mẹ nào chịu đọc Kinh thánh cho con cái, chứ đừng nói đến việc dạy chúng biết Kinh thánh;
- Ít thành viên trong hội thánh có thói quen tĩnh nguyện Kinh thánh hàng ngày;
- Ít diễn giả nào chịu vật lộn một cách có tâm với bản văn Kinh thánh hầu cho có thể nắm bắt nghĩa ban đầu cũng như ý áp dụng của bản kinh văn đó vào hiện tại;

- Một số lãnh đạo hội thánh yếu ớt đến độ họ bày tỏ trước công chúng thái độ không đồng tình với sự dạy dỗ về đạo đức hoặc giáo lý rõ ràng của Kinh thánh.

Thật là một tình trạng bi thảm. Ta có thể làm gì để cứu vãn nó?

Ý dẫn nhập thứ ba của tôi liên quan đến sự tin quyết rằng Kinh thánh là một quyển sách, thật ra là quyển sách *duy nhất*, cần cho ngày nay. Đó là Lời Chúa cho thế giới ngày nay. Mãi cho tới khá gần đây, tất cả các hội thánh Cơ Đốc mới nhận ra tính soi dẫn độc nhất và thẩm quyền cặp theo của Kinh thánh. Chắc chắn, thuận theo thẩm quyền của Kinh thánh (hay, như tôi nghĩ chúng ta nên diễn đạt nó đúng hơn, thuận phục thẩm quyền của Đức Chúa Trời, bởi vì Kinh thánh là trung gian giữa chúng ta và thẩm quyền của Đức Chúa Trời), trước giờ luôn là, và hiện vẫn là, một dấu hiệu chính để phân biệt Cơ Đốc nhân Tin lành. Chúng ta tin vào sự chỉ dẫn của Kinh thánh. Chúng ta nắm lấy những lời hứa của Kinh thánh. Chúng ta tìm cách vâng theo mạng lệnh của Kinh thánh. Tại sao? Chủ yếu là bởi vì chúng ta tin Kinh thánh là Lời Đức Chúa Trời, nhưng cũng bởi vì Ngài phán với chúng ta thông qua Kinh thánh bằng tiếng nói sống động. Kinh thánh là quyển sách cho ngày hôm qua. Và chắc chắn, Kinh thánh sẽ là quyển sách cho ngày mai. Nhưng đối với chúng ta, Kinh thánh còn là quyển sách cho ngày hôm nay.

Vậy thì, sự phổ biến không ngừng của Kinh thánh, sự lãng quên Kinh thánh một cách đáng tiếc và tính chất gần gũi với cuộc sống đương đại của Kinh thánh là ba duyên cớ tốt để chúng ta phải quan tâm đến cuốn *Lời Chúa cho thế giới ngày nay*.

# 1

# Đức Chúa Trời Và Kinh Thánh

Chủ đề đầu tiên của chúng ta "Đức Chúa Trời và Kinh thánh" dẫn chúng ta vào đề tài sự khải thị. Tôi mời bạn cùng quay sang đoạn kinh văn của tôi, là đoạn kinh văn trong Ê-sai 55:8-11. Chính Đức Chúa Trời đang phán:

'Ý tưởng Ta không phải là ý tưởng các ngươi,
  Đường lối các ngươi chẳng phải là đường lối Ta.
Vì các tầng trời cao hơn đất bao nhiêu,
  Thì đường lối Ta cao hơn đường lối các ngươi,
Ý tưởng Ta cao hơn ý tưởng các ngươi cũng bấy nhiêu.
  Vì như mưa và tuyết từ trời rơi xuống
Và không trở về đó nữa mà tưới nhuần đất đai,
  Làm cho đâm chồi nẩy lộc,
Để có hạt giống cho kẻ gieo, có bánh cho kẻ ăn,
  Thì lời của Ta cũng vậy,
Đã ra khỏi miệng Ta sẽ không trở về luống công,
  Nhưng sẽ thực hiện ý Ta muốn,
Và hoàn thành việc Ta giao.'

Từ đoạn kinh văn quan trọng này, có ít nhất ba bài học quan trọng ta có thể học được.

## 1.1 Tính chất hợp lý của sự khải thị: Tại sao Đức Chúa Trời phải phán?

Một số người thấy khái niệm khải thị thật khó hiểu. Ý niệm Đức Chúa Trời bày tỏ chính Ngài cho nhân loại có vẻ bất khả thi. "Sao Ngài phải làm thế?" họ hỏi, "và Ngài làm thế bằng cách nào?" Nhưng rõ ràng chúng ta cần Đức Chúa Trời khải thị chính Ngài. Chúng ta không thể hiểu được Đức Chúa Trời trừ phi Ngài bày tỏ chính mình. Hầu hết mọi người thuộc mọi thời đại đều cảm thấy bối rối bởi huyền nhiệm về sự sống và kinh nghiệm của con người. Vì thế, hầu hết mọi người đều thừa nhận rằng nếu họ muốn dò thấu ý nghĩa sự hiện hữu của chính mình, chưa nói đến ý nghĩa bản chất của Đức Chúa Trời, nếu thật sự có một Đức Chúa Trời, thì họ cần sự khôn ngoan từ bên ngoài bản thân họ. Hãy để tôi đưa bạn trở lại với Plato, một triết gia về Hy Lạp cổ điển. Ông nói trong Phaedo về việc chúng ta phải chèo chống trong biển cả tối tăm và hồ nghi trên "cái bè" nhỏ xíu là sự hiểu biết của bản thân, ông nói thêm, "tôi công nhận sẽ vô cùng rủi ro nếu ta không thể tìm được một lời nào của Đức Chúa Trời, là lời truyền đạt về Ngài một cách đảm bảo và an toàn hơn."

> Làm thế nào chúng ta có thể tìm được đường lối của Đức Chúa Trời, nếu không có sự định hướng từ Ngài?

Nếu không có khải thị, nếu không có sự chỉ dẫn và định hướng thiên thượng, thì con người chúng ta cảm thấy mình như một con thuyền trôi dạt vất vơ trên biển mênh mông, giống như một chiếc lá bị gió thổi đi cách vô định, như một người mù quờ quạng trong bóng tối. Làm thế nào chúng ta tìm được đường đi cho mình? Quan trọng hơn, làm thế nào chúng ta có thể tìm được đường lối của Đức Chúa Trời, nếu không có sự định hướng từ Ngài? Câu 8 và 9 nói cho chúng ta biết rằng để con người tìm ra Đức Chúa Trời chỉ bằng sự khôn ngoan của mình là điều bất khả thi: "Ý tưởng Ta không phải là ý tưởng các ngươi, đường lối các ngươi chẳng phải là đường lối Ta. Vì các tầng trời cao hơn đất bao nhiêu, thì đường lối Ta cao hơn đường lối các ngươi, ý tưởng Ta cao hơn ý tưởng các ngươi cũng bấy nhiêu." Nói cách khác, có một khoảng cách rất lớn giữa tư tưởng của Đức Chúa Trời và tư tưởng con người. Đoạn Kinh thánh trên cho thấy một sự đối lập giữa một mặt là đường lối và suy nghĩ của Đức Chúa Trời với mặt khác là đường lối và suy nghĩ của con người. Nghĩa là, giữa điều *chúng ta* nghĩ và làm với điều *Chúa* nghĩ và làm là vực sâu ngăn cách rất lớn. Suy nghĩ và đường lối của Đức Chúa

Trời cao hơn suy nghĩ và đường lối của con người, như trời cao hơn đất vậy: nghĩa là vô tận.

Hãy xem xét tư tưởng của Đức Chúa Trời. Làm sao chúng ta có thể biết được tư tưởng của Ngài hay đọc được suy nghĩ của Ngài? Chúng ta còn không đọc được suy nghĩ của người khác nữa là! Chúng ta cố gắng đọc. Chúng ta nhìn vào mặt của người khác để xem liệu họ đang cười hay đang cau có. Chúng ta nhìn vào mắt nhau để xem thử liệu họ đang khoác lác hay đang nghiêm túc. Nhưng đó là việc cũng đầy rủi ro. Nếu tôi đứng im lặng trên bục giảng này và giữ bộ mặt lạnh tanh, thì hẳn người ta sẽ không biết tôi đang nghĩ gì. Thử xem. Để tôi ngừng nói một chút. Bây giờ trong đầu tôi đang diễn ra điều gì? Có ai đoán ra được không? Không à? Ồ, để tôi nói cho anh nghe. Tôi đang trèo lên tháp chuông của Hội thánh All Souls, cố gắng trèo lên đến đỉnh tháp chuông! Nhưng anh không biết điều đó. Anh không có được tí ý niệm nào về điều tôi đang suy nghĩ. Dĩ nhiên là không! Anh không thể đọc được suy nghĩ của tôi. Nếu chúng ta im lặng, thì chuyện đọc được suy nghĩ người khác là không thể.

Việc thâm nhập vào tâm trí của Đức Chúa Trời toàn năng lại càng không thể! Tâm trí của Ngài là vô hạn. Suy nghĩ của Ngài vượt xa hơn suy nghĩ của chúng ta như trời xa hơn đất vậy. Thật nực cười khi cho rằng chúng ta có thể thâm nhập vào tâm trí của Đức Chúa Trời. Không có cây cầu nào chúng ta có thể bắc ngang qua vực sâu vô tận ấy. Không có cách nào để với tới hay dò thấu Đức Chúa Trời.

Vì thế, thật hợp lý khi nói rằng nếu Đức Chúa Trời không chủ động tiết lộ những gì trong tâm trí của Ngài, thì chúng ta sẽ không bao giờ có thể tìm ra được. Nếu Đức Chúa Trời không bày tỏ chính mình với chúng ta, thì chúng ta không bao giờ có thể biết về Ngài, và mọi bàn thờ của thế giới này – giống như bàn thờ Phao-lô thấy tại A-then – sẽ đều mang dòng chữ bi thương: "THỜ THẦN KHÔNG BIẾT" (Công 17:23).

Đây là chỗ chúng ta bắt đầu phần nghiên cứu của mình. Đây là chỗ của sự khiêm nhu trước Đức Chúa Trời vô hạn. Đây cũng là chỗ khôn ngoan, khi chúng ta thấy tính hợp lý của ý niệm về sự khải thị.

## 1.2 Cách thức khải thị: Đức Chúa Trời đã phán bằng cách nào?

Vì nhận ra rằng chúng ta cần Đức Chúa Trời khải thị chính Ngài, thì câu hỏi tiếp theo là: Ngài khải thị bằng cách nào? Về nguyên tắc, cũng giống như cách chúng ta tiết lộ hay bày tỏ về chính mình cho nhau, tức là qua cả *việc làm* và *lời nói*, qua những điều chúng ta làm và nói.

### *a) Việc làm*

Sáng tạo nghệ thuật luôn là một trong những phương tiện chính trong cách tự biểu đạt của con người. Chúng ta biết rằng có điều gì đó bên trong chúng ta cần phải được thể hiện ra, và chúng ta vật lộn để khai sinh ra nó. Có người viết nhạc hoặc làm thơ, có người sử dụng một trong những môn nghệ thuật trực quan – vẽ tranh hay hội họa, gốm sứ, điêu khắc, tạc tượng hay kiến trúc, múa hoặc kịch nghệ. Điều thú vị đó là, trong số những ngành truyền thông nghệ thuật, nghề gốm là một trong những nghề thường được Đức Chúa Trời sử dụng trong Kinh thánh nhất – có lẽ bởi vì thợ gốm là một nhân vật nổi tiếng trong các thôn làng ở Palestine khi xưa. Vì thế, Đức Chúa Trời được cho là đã "tạo hình" hay "nắn tạo" nên trái đất và nhân loại để ở trong đó (ví dụ Sáng 2:7; Thi 8:3; Giê 32:17).

Ngoài ra, Ngài cũng tự khải thị qua các việc Ngài làm. "Các tầng trời rao truyền vinh quang của Đức Chúa Trời, bầu trời bày tỏ công việc tay Ngài làm" (Thi 19:1; Ê-sai 6:3). Hay, như Phao-lô viết ở gần phần đầu của thư Rô-ma, "những gì người ta có thể biết về Đức Chúa Trời thì đã rõ ràng, bởi Đức Chúa Trời đã bày tỏ cho họ (thế giới ngoại bang) rồi. Những gì về Đức Chúa Trời mà mắt trần không thấy được, tức là quyền năng đời đời và thần tính của Ngài, thì ngay từ buổi sáng thế người ta đã nhận thức rõ ràng khi quan sát các tạo vật của Ngài; cho nên họ không thể bào chữa được" (Rô 1:19-20). Nói cách khác, nghệ sĩ là người biểu đạt bản thân qua bức vẽ, qua tác phẩm điêu khắc hay qua âm nhạc của họ thế nào, thì nghệ sĩ thiên thượng cũng đã khải thị chính mình qua vẻ đẹp, qua sự cân bằng, qua sự phức tạp và trật tự của cõi tạo vật của Ngài thế ấy. Từ cõi tạo vật ấy, chúng ta biết điều gì đó về sự khôn ngoan, quyền năng và sự thành tín của Ngài. Điều này thường được gọi là khải thị "tự nhiên", bởi vì nó được ban cho trong và qua "thiên nhiên".

**b) Lời nói**

Tuy nhiên, Ê-sai 55 không phải nói về việc làm, mà đúng hơn, đoạn Kinh thánh ấy nói về phương cách thứ hai và trực tiếp hơn mà qua đó chúng ta có thể bày tỏ chính mình cho người khác và Đức Chúa Trời đã bày tỏ chính Ngài cho chúng ta, tức là thông qua *lời nói*. Lời nói là phương tiện truyền thông đầy đủ và linh hoạt nhất giữa người với người. Tôi đã đề cập ở phần trước rằng nếu tôi vẫn im lặng với gương mặt nghiêm nghị trên bục giảng, thì anh không tài nào biết tôi đang nghĩ gì trong đầu. Nhưng bây giờ tình huống đã thay đổi. Bây giờ anh biết điều gì đang diễn ra trong đầu tôi, bởi vì tôi không còn im lặng nữa. Tôi đang nói. Tôi đang mặc lấy những suy nghĩ của tâm trí tôi bằng lời của miệng tôi. Những lời của miệng tôi giúp bạn hiểu những suy nghĩ trong tâm trí tôi.

Vì thế, lời nói là phương tiện truyền thông tốt nhất và lời nói là khuôn mẫu chính được sử dụng trong Kinh thánh để minh họa cho sự tự khải thị của Đức Chúa Trời. Hãy nhìn lại bản kinh văn của tôi và đọc câu 10 và 11: "Vì như mưa và tuyết từ trời rơi xuống và không trở về đó nữa mà tưới nhuần đất đai, làm cho đâm chồi nẩy lộc, để có hạt giống cho kẻ gieo, có bánh cho kẻ ăn, thì lời của Ta cũng vậy..." Xin lưu ý lần nhắc đến trời và đất thứ hai: chính bởi vì trời cao hơn đất mà mưa từ trời rơi xuống tưới mát đất. Cũng hãy lưu ý rằng tác giả đi thẳng từ những suy nghĩ trong đầu Đức Chúa Trời sang những lời từ miệng của Ngài: "Thì lời của Ta cũng vậy, đã ra khỏi miệng Ta sẽ không trở về luống công, nhưng sẽ thực hiện ý Ta muốn, và hoàn thành việc Ta giao". Tính chất song đối ở đây rất rõ ràng. Vì trời cao hơn đất, nhưng mưa từ trời rơi xuống tưới mát đất thế nào, thì những ý tưởng của Đức Chúa Trời cũng cao hơn ý tưởng của chúng ta, nhưng những ý tưởng ấy cũng đến được với chúng ta, bởi vì lời từ miệng Ngài phát ra, vì thế nó chuyển tải suy nghĩ của Ngài dành cho chúng ta. Như vị tiên tri đã nói ở phía trước, "Vì chính Đức Giê-hô-va đã phán vậy"

> Kinh thánh là Lời Chúa, từ miệng Chúa phát ra.

(Ê-sai 40:5). Ông đang nói đến một trong những lời sấm truyền của mình, nhưng ông mô tả nó như một sứ điệp xuất phát từ miệng Đức Chúa Trời. Hoặc như Phao-lô viết trong 2 Ti-mô-thê, "Cả Kinh thánh đều bởi Đức Chúa Trời soi dẫn." Nghĩa là, Kinh thánh là Lời Chúa, từ miệng Chúa phát ra.

Nói thế nhưng tôi vẫn cần phải thêm một số đặc điểm để làm rõ hiểu biết của tôi về việc Đức Chúa Trời phán ra Lời Ngài như thế nào.

Đầu tiên, *Lời Chúa* (bây giờ được ký thuật trong Kinh thánh) *liên hệ gần gũi với hoạt động của Ngài*. Nói khác đi, Ngài phán với dân sự Ngài thông qua việc làm cũng như lời nói. Ngài tỏ chính mình ra cho Y-sơ-ra-ên qua lịch sử của họ, vì thế Ngài điều dẫn sự phát triển của nó để đem đến cho họ cả sự cứu rỗi và sự phán xét của Ngài. Vì thế, Ngài giải cứu dân sự khỏi tình trạng nô lệ của họ ở Ai Cập:

- Ngài mang họ an toàn vượt qua sa mạc và cho họ định cư trong đất hứa;
- Ngài bảo tồn danh tính của dân tộc họ qua suốt thời kỳ của các quan xét;
- Ngài ban cho họ các vua để cai trị họ, bất chấp việc họ đòi có vua phần nào đó đồng nghĩa với việc họ chối từ vương quyền của chính Ngài;
- Sự phán xét của Ngài đổ trên họ bởi sự bất tuân liên tục của họ khi họ bị lưu đày qua Ba-by-lôn;
- Ngài phục hồi họ trở về xứ của họ và thêm sức cho họ để họ tái xây dựng tính chất một quốc gia và đền thờ của họ.

Trên hết, vì những con người tội lỗi như chúng ta và để cứu chuộc chúng ta, Ngài đã sai Con đời đời của Ngài, Chúa Giê-xu Christ, sinh ra, sống và làm việc, chịu khổ và chịu chết, sống lại và tuôn đổ Đức Thánh Linh. Thông qua những việc này, trước nhất là qua câu chuyện Cựu Ước và trên hết là qua Chúa Giê-xu Christ, Đức Chúa Trời đang bày tỏ chính mình một cách tích cực và cá nhân.

Vì lý do này, một số nhà thần học đã đi theo trào lưu phân biệt rạch ròi giữa khải thị "cá nhân" (thông qua những việc làm của Đức Chúa Trời) và khải thị "định đề" (thông qua lời Ngài phán) và sau đó hắt hủi lời Ngài để nghiêng qua việc Ngài làm. Sự phân biệt này là không cần thiết. Chúng ta không cần phải chọn giữa hai loại khải thị này. Đức Chúa Trời sử dụng cả hai. Ngoài ra, chúng liên hệ gần gũi với nhau, bởi vì lời Ngài giải thích việc Ngài làm. Ngài dấy các tiên tri lên để giải thích điều Ngài đang làm cho Y-sơ-ra-ên, và Ngài dấy các sứ đồ lên để giải thích điều Ngài đang làm qua Đấng Christ. Đúng là đỉnh điểm của việc Ngài khải thị chính mình là qua thân vị của Chúa Giê-xu. Ngài là Lời Đức Chúa Trời nhập thể. Ngài bày tỏ vinh hiển của Đức Chúa Trời. Thấy Ngài là thấy Đức Chúa Trời (xem Giăng 1:14, 18, 14:9). Tuy nhiên, sự khải thị mang tính cá nhân và lịch sử này sẽ không ích lợi cho chúng ta trừ khi, đi kèm với nó, Đức Chúa Trời bày tỏ cho chúng ta tầm quan trọng của thân vị và công tác của Con Ngài.

Vì thế, chúng ta cần tránh cạm bẫy của việc đặt khải thị "cá nhân" và "định đề" đối lập với nhau như những chọn lựa có thể thay thế cho nhau. Sẽ đúng hơn khi nói rằng Đức Chúa Trời đã khải thị chính mình qua Đấng Christ và qua lời chứng của Kinh thánh về Đấng Christ. Không một sự khải thị nào hoàn chỉnh nếu không có cái kia.

Thứ hai, *Lời Chúa đã đến với chúng ta thông qua lời con người*. Khi Đức Chúa Trời phán, Ngài không từ bầu trời xanh phát ra tiếng nói rõ rành rành cho con người. Không, Ngài phán thông qua các tiên tri (trong Cựu Ước) và qua các sứ đồ (trong Tân Ước). Họ là những con người có thật. Sự soi dẫn của Chúa không phải là một tiến trình máy móc biến các trước giả của Kinh thánh trở thành những cái máy. Sự khải thị của Chúa là một tiến trình cá nhân trong đó các trước giả của Kinh thánh thường ở trong trạng thái sáng suốt hoàn toàn. Chỉ cần đọc Kinh thánh thôi là chúng ta sẽ thấy như vậy. Các tác giả của những phần tường thuật (và có khá nhiều tường thuật lịch sử trong Kinh thánh, cả Cựu lẫn Tân Ước) sử dụng các ghi chép lịch sử. Một số ghi chép được trích dẫn trong Cựu Ước. Ngay đầu sách Phúc âm của mình, Lu-ca cho chúng ta biết việc nghiên cứu lịch sử rất công phu của ông. Tiếp theo, tất cả các trước giả đều phát triển những phong cách văn chương đặc trưng và những điểm nhấn thần học của riêng họ. Vì thế, Kinh thánh rất đa dạng. Tuy nhiên, chính Đức Chúa Trời đang phán qua những cách tiếp cận đa dạng ấy của họ.

Lẽ thật về quyền tác giả kép của Kinh thánh (tức Kinh thánh *vừa* là Lời Chúa *vừa* lời của con người, hay nói đúng hơn Kinh thánh là Lời Chúa phán *thông qua* lời của con người) là cách Kinh thánh mô tả về chính nó. Luật Cựu Ước, chẳng hạn, đôi khi được gọi là "luật pháp Môi-se" và đôi khi lại được gọi là "luật pháp của Đức Chúa Trời" hay "luật pháp của Chúa". Trong Hê-bơ-rơ 1:1, chúng ta đọc thấy rằng Đức Chúa Trời phán với tổ phụ thông qua các tiên tri. Tuy nhiên, trong 2 Phi-e-rơ 1:21, chúng ta đọc thấy người ta nói ra lời của Đức Chúa Trời khi họ được Đức Thánh Linh cảm thúc. Vì thế, Đức Chúa Trời nói và con người nói. Họ nói *lời của* Ngài, còn Ngài nói *thông qua* họ. Cả hai điều này đều đúng.

Ngoài ra, chúng ta phải kết hợp cả hai điều ấy. Trong Lời nhập thể (Chúa Giê-xu Christ) thế nào, thì trong Lời thành văn (Kinh thánh) cũng thế ấy, yếu tố thiên thượng và con người đều kết hợp và không trái nghịch nhau. Hình thức phúng dụ này, được phát triển khá sớm trong lịch sử hội thánh, ngày nay thường bị phê phán. Rõ ràng nó không chính xác, bởi vì Chúa Giê-xu là một con người, trong khi Kinh thánh là một quyển sách. Tuy nhiên, phúng dụ này vẫn rất ích lợi, miễn là chúng ta ghi nhớ giới hạn của nó. Chẳng hạn, chúng ta không bao giờ được xác nhận thần tính của Chúa Giê-xu theo cách phủ nhận nhân tính của Ngài, hay xác nhận nhân tính của Ngài theo cách phủ nhận thần tính của Ngài. Với Kinh thánh cũng vậy. Một mặt, Kinh thánh là Lời Đức Chúa Trời. Đức Chúa Trời phán, tự quyết định điều Ngài muốn nói, thế nhưng không phải theo cách bóp méo cá tính của các trước giả. Mặt khác, Kinh thánh là lời của con người. Con người nói, sử dụng năng lực trí óc của mình một cách tự do, nhưng không phải theo cách bóp méo lẽ thật về sứ điệp thiên thượng.

Quyền tác giả kép của Kinh thánh sẽ tác động trên cách chúng ta đọc Kinh thánh. Bởi vì Kinh thánh là lời của con người, nên chúng ta sẽ nghiên cứu Kinh thánh như nghiên cứu bất cứ quyển sách nào khác, sử dụng tâm trí của mình, tìm hiểu ngữ nghĩa của nó, nguồn gốc lịch sử của nó và tính chất văn chương của nó. Nhưng bởi vì Kinh thánh cũng là Lời Chúa, nên chúng ta sẽ nghiên cứu không giống như bất cứ quyển sách nào, mà quỳ xuống khiêm nhường kêu cầu Chúa soi sáng và Đức Thánh Linh hành động, nếu không có Ngài thì chúng ta không thể nào hiểu được Lời của Ngài.

## 1.3 Mục đích của sự khải thị: Tại sao Đức Chúa Trời phán?

Chúng ta đã xem xét *cách* Đức Chúa Trời phán, bây giờ chúng ta sẽ xem xét *vì sao* Ngài phán? Câu trả lời không chỉ là để dạy dỗ chúng ta, nhưng còn để cứu chúng ta; không chỉ để chỉ dẫn chúng ta, mà đặc biệt là chỉ dẫn chúng ta "để chúng ta được cứu rỗi" (2 Ti 3:15). Kinh thánh chứa đựng mục đích vô cùng thực tiễn này.

Trở lại với Ê-sai 55, đây là điểm nhấn của câu 10 và 11. Mưa và tuyết từ trời rơi xuống đất và không trở lại nữa. Chúng hoàn tất một mục đích trên đất. Chúng tưới cho đất. Chúng làm cho đất đượm nhuần và cây cối sum suê. Chúng làm cho đất kết quả. Cũng vậy, Lời Chúa, từ miệng Ngài phán ra và phơi bày tâm tư của Ngài, sẽ không trở về với Ngài một cách vô ích. Nó hoàn tất mục đích của mình. Mục đích của Chúa khi ban mưa xuống đất và mục đích của Ngài khi phán ra Lời Ngài cho con người cũng vậy. Trong cả hai trường hợp, mục đích ấy đều là kết quả. Mưa của Ngài làm cho đất kết quả, thì Lời Ngài cũng làm cho cuộc đời con người kết quả. Lời Ngài cứu chuộc con người, thay đổi con người trở nên giống Chúa Giê-xu Christ. Bối cảnh chắc chắn là sự cứu rỗi. Vì trong câu 6 và 7, vị tiên tri đã nói về lòng thương xót và tha thứ của Chúa, và trong câu 12, ông tiếp tục nói về niềm vui và sự bình an của những người được Đức Chúa Trời cứu chuộc.

Thật ra, ở đây chứa đựng sự khác biệt chính giữa khải thị của Đức Chúa Trời qua cõi tạo vật ("tự nhiên", vì được ban cho trong thiên nhiên, và "tổng quát", vì được ban cho tất cả mọi người) và khải thị của Ngài qua Kinh thánh ("siêu nhiên", vì được ban cho thông qua sự soi dẫn, và "đặc biệt", vì được ban cho và thông qua những con người

> Mưa của Ngài làm cho đất kết quả, thì Lời Ngài cũng làm cho cuộc đời con người kết quả.

cụ thể). Qua vũ trụ, Đức Chúa Trời bày tỏ vinh hiển, năng quyền và sự thành tín của Ngài, nhưng không bày tỏ phương cách cứu rỗi. Nếu chúng ta muốn biết kế hoạch cứu chuộc tội nhân đầy ân điển của Ngài, chúng ta phải tìm đến với Kinh thánh, bởi vì chính qua Kinh thánh mà Ngài nói với chúng ta về Đấng Christ.

## 1.4 Kết luận

Từ bản kinh văn của chúng ta trong Ê-sai 55, chúng ta đã học được ba lẽ thật:

- Thứ nhất, khải thị của Chúa không chỉ hợp lý mà còn không thể thiếu. Không có nó, chúng ta không thể biết Đức Chúa Trời.
- Thứ hai, khải thị của Chúa là khải thị thông qua lời nói. Đức Chúa Trời phán thông qua lời của con người và khi làm thế Ngài đang giải thích những việc Ngài làm.
- Thứ ba, khải thị của Chúa là để cứu rỗi. Nó chỉ cho chúng ta thấy Đấng Christ là Đấng Cứu Thế.

Kết luận của tôi vô cùng đơn giản. Đó là lời kêu gọi khiêm nhường. Không có điều gì thù địch với sự tăng trưởng tâm linh hơn sự kiêu ngạo, và không gì thiết yếu đối với sự tăng trưởng hơn là sự khiêm nhường. Chúng ta cần phải hạ mình xuống trước Đức Chúa Trời vô hạn, nhận biết những giới hạn của trí não con người (rằng chúng ta không bao giờ có thể tự mình tìm được chính Ngài), và bằng cách nhận thức tình trạng tội lỗi của chúng ta (rằng chúng ta không bao giờ có thể tự mình với tới Ngài.)

Chúa Giê-xu gọi đây là sự khiêm nhường của một đứa trẻ. Ngài nói Ngài giấu chính mình khỏi kẻ khôn ngoan và sáng dạ nhưng lại tỏ chính mình ra cho "trẻ thơ" (Mat 11:25). Ngài đang không xem thường tâm trí chúng ta, bởi vì Ngài đã ban nó cho chúng ta. Đúng hơn, Ngài đang cho chúng ta biết cách chúng ta cần sử dụng nó. Chức năng đúng đắn của tâm trí không phải là đứng xét đoán Lời Chúa, mà là khiêm nhu ngồi trước Lời Chúa, hăm hở lắng nghe Lời Chúa và áp dụng cũng như thuận phục Lời Chúa trong những vấn đề thiết thực của cuộc sống thường nhật.

"Sự khiêm nhường" của con trẻ được thấy không chỉ trong cách chúng học, nhưng cũng trong cách chúng tiếp nhận. Con trẻ là những người phụ thuộc. Chẳng có điều gì chúng sở hữu đến từ việc chúng nỗ lực mà có được. Tất cả những gì chúng có đều đã được cho một cách miễn phí. Giống như con trẻ, chúng ta phải "nhận lấy nước Đức Chúa Trời" (Mác 10:15). Đối với những tội nhân không xứng đáng với, và không thể nỗ lực để có được, sự sống đời đời (là sự sống trong nước Đức Chúa Trời), chúng ta phải hạ mình tiếp nhận nó như một tặng phẩm miễn phí của Đức Chúa Trời.

# 2
# Đấng Christ Và Kinh Thánh

Chủ đề đầu tiên của chúng ta là "Đức Chúa Trời và Kinh Thánh". Chúng ta đã xem xét nguồn gốc của Kinh thánh, Kinh thánh bắt nguồn từ đâu – chủ đề quan trọng là sự khải thị. Chủ đề thứ hai của chúng ta là "Đấng Christ và Kinh Thánh": Bây giờ chúng ta sẽ không nghĩ về nguồn gốc của Kinh thánh mà về *mục đích* của Kinh thánh, không phải Kinh thánh bắt nguồn từ đâu, nhưng Kinh thánh đã được ban cho để làm gì? Bản kinh văn của chúng ta là Giăng 5:31-40. Chúa Giê-xu đang nói với những người Do Thái cùng thời với Ngài, Ngài bảo:

> *Các ngươi tra cứu Kinh thánh, vì nghĩ rằng trong đó có sự sống đời đời. Chính Kinh thánh làm chứng về Ta, vậy mà các ngươi không muốn đến với Ta để được sự sống đời đời.*
> *(Giăng 5:39-40)*

Từ những lời này của Chúa Giê-xu, chúng ta học được hai lẽ thật quan trọng về Đấng Christ và Kinh thánh.

## 2.1 Kinh thánh làm chứng về Đấng Christ

Chính Chúa Giê-xu nói rất rõ ràng: "Chính Kinh thánh làm chứng về Ta" (câu 39). Chức năng chính của Kinh thánh là làm chứng về Đấng Christ.

Bối cảnh của phân đoạn Kinh thánh của chúng ta liên quan đến lời chứng của Đấng Christ: lời chứng nào có thể xác nhận tính hiệu lực cho những lời tuyên xưng của Chúa Giê-xu người Na-xa-rét? Chính Ngài nói với chúng ta. Thứ nhất, Ngài không dựa vào lời chứng của chính Ngài về mình, vì câu 31 nói rõ – "Nếu Ta tự làm chứng cho mình thì lời chứng của Ta không đáng tin." Dĩ nhiên, Chúa Giê-xu đang không có ý nói rằng Ngài đang nói dối về chính mình. Đúng hơn, sau này Ngài phản đối lời chỉ trích của người Pha-ri-si bằng cách kiên định nói rằng lời chứng của Ngài về chính Ngài là thật (Giăng 8:14). Ý Ngài ở đây đó là lời tự làm chứng thì không đủ: sẽ có những hoài nghi về nó nếu lời chứng duy nhất Ngài có đến từ chính Ngài mà thôi. Không, "Có Đấng khác làm chứng cho Ta", Ngài phán (câu 32). Vì thế, lời chứng mà Ngài dựa vào không chỉ là lời chứng của chính Ngài. Đó cũng không phải là lời chứng của con người, ngay cả khi đó là lời chứng của một nhân chứng nổi tiếng, là Giăng Báp-tít. "Các ngươi phái người đến với Giăng, và Giăng đã làm chứng cho chân lý. Không phải Ta cần nhờ vào lời chứng của loài người..." (câu 33-34).

Vì thế, Chúa Giê-xu bảo, lời chứng không đến từ ta, cũng không đến từ con người. Dĩ nhiên, Giăng là "ngọn đèn thắp sáng" (câu 35), và họ sẵn sàng "muốn tạm vui hưởng trong ánh sáng của người." Nhưng lời chứng mà Chúa Giê-xu nhận lớn hơn thế. Lời chứng ấy lớn hơn lời chứng của Ngài về chính mình, lớn hơn lời chứng của bất cứ con người nào, kể cả của Giăng. Đó là lời chứng của *Cha* Ngài. "Chính Cha, Đấng đã sai Ta, cũng làm chứng cho Ta" (câu 37). Ngoài ra, lời chứng của Cha về con mang hai hình thức. Thứ nhất, nó được ban thông qua những việc làm đầy quyền năng, những phép lạ, mà Cha đã thêm sức cho Ngài để làm (câu 36). Thứ hai, và trực tiếp hơn, nó được ban qua Kinh thánh, là lời chứng của Cha về Con. Câu 36-39 nói rõ điều này:

> Nhưng Ta có một lời chứng vĩ đại hơn của Giăng; vì những công việc Cha giao cho Ta hoàn tất, chính những công việc Ta đang thực hiện đây, làm chứng rằng Cha đã sai Ta. Chính Cha, Đấng đã sai Ta, cũng làm chứng cho Ta. Các ngươi chưa hề nghe tiếng Ngài, hoặc thấy hình dạng Ngài, và lời Ngài cũng không ở trong các ngươi, vì các ngươi không tin Đấng Ngài đã sai đến. Các ngươi tra cứu Kinh thánh, vì nghĩ rằng trong đó có sự sống đời đời. Chính Kinh thánh làm chứng về Ta...

Sự dạy dỗ nhất quán của Chúa Giê-xu đó là Kinh thánh Cựu Ước là Lời Đức Chúa Trời làm chứng về Ngài. Chẳng hạn, Ngài bảo: "Cha các ngươi là Áp-ra-ham vui mừng mong được thấy ngày của Ta" (Giăng 8:56). Và trong Giăng 5:46, Ngài bảo: "Môi-se viết về Ta". Lại nữa, "Chính Kinh thánh làm chứng về Ta" (câu 39). Bắt đầu chức vụ, khi Ngài đến thờ phượng tại nhà hội ở Na-xa-rét, Ngài đã đọc trong Ê-sai 61 về nhiệm vụ và sứ điệp giải phóng của Đấng Mê-si-a, rồi Ngài nói thêm: "Hôm nay lời Kinh thánh mà các ngươi vừa nghe đã được ứng nghiệm" (Lu-ca 4:21). Nói cách khác, "Nếu các ngươi muốn biết vị tiên tri ấy đang viết về ai, thì ấy là ông đang viết về Ta." Chúa Giê-xu tiếp tục nói như vậy xuyên suốt chức vụ của Ngài. Ngay cả sau khi sống lại, Ngài vẫn không thay đổi suy nghĩ, bởi vì "Ngài... giải thích cho họ những lời chỉ về Ngài trong cả Kinh thánh" (Lu-ca 24:27). Vì thế, từ đầu đến cuối chức vụ của Ngài, Chúa Giê-xu tuyên bố rằng toàn bộ lời chứng của các tiên tri Cựu Ước, trong tất cả sự đa dạng của nó, đều chỉ về Ngài. "Kinh thánh làm chứng về Ta".

Nhưng những người Do Thái cùng thời với Chúa Giê-xu lại không thấy được lời chứng này. Họ là những người rất chăm chỉ nghiên cứu Cựu Ước và chúng ta không bàn cãi gì về chuyện họ có học Kinh thánh hay không. "Các ngươi tra cứu Kinh thánh", Chúa Giê-xu bảo vậy. Họ có nghiên cứu Kinh thánh. Họ dành hết giờ này đến giờ kia trong việc nghiên cứu kỹ lưỡng nhất những chi tiết nhỏ của Kinh thánh Cựu Ước. Họ thường đếm số từ - thậm chí là số ký tự - trong mỗi sách của Kinh thánh. Họ biết họ được tín thác chính lời của Đức Chúa Trời (Rô 3:2). Bằng cách nào đó họ nghĩ rằng việc tích lũy những kiến thức Kinh thánh một cách chi tiết sẽ dẫn họ vào trong mối quan hệ đúng đắn với Đức Chúa Trời. "Các ngươi tra cứu Kinh thánh, vì nghĩ rằng trong đó có sự sống đời đời." Điều lạ lùng đó là họ tưởng rằng bản thân Kinh thánh có thể ban sự sống đời đời! Kinh thánh chỉ ra Đấng Christ mới là Đấng ban sự sống và thúc giục người đọc đến với Ngài để được sự sống. Nhưng thay vì đến với Đấng Christ để tìm được sự sống, thì họ lại tưởng rằng họ có thể tìm được sự sống qua chính Kinh thánh. Nó tựa tựa như việc nhận được toa thuốc từ bác sĩ rồi nuốt cái toa thuốc đó thay vì nhận và uống thuốc!

Một số người trong chúng ta cũng phạm phải sai lầm tương tự. Chúng ta có một thái độ gần như là mê tín đối với việc đọc Kinh thánh, như thể Kinh thánh chứa đựng tác dụng đầy phép thuật nào đó. Nhưng chẳng có gì phép thuật trong Kinh thánh hay trong việc đọc Kinh thánh một cách máy móc cả. Không, Lời thành văn ấy chỉ về Lời Sự Sống và nói với chúng ta: "Hãy đến với Chúa Giê-xu!" Nếu chúng ta không đến với Chúa Giê-xu là Đấng mà Kinh thánh chỉ ra, thì chúng ta sẽ đánh mất toàn bộ mục đích của việc đọc Kinh thánh.

> Nếu chúng ta không đến với Chúa Giê-xu là Đấng mà Kinh thánh chỉ ra, thì chúng ta sẽ đánh mất toàn bộ mục đích của việc đọc Kinh thánh.

Tín hữu Tin lành không phải là, hoặc không nên là, điều mà chúng ta đôi khi bị quy chụp, tức là là "những người thờ phượng Kinh thánh". Không, chúng ta không thờ phượng Kinh thánh, chúng ta thờ Đấng Christ của Kinh thánh. Hãy tưởng tượng một thanh niên đang yêu. Anh có cô bạn gái, người đã chiếm giữ trái tim anh. Hay, thật ra cô ấy có thể là vị hôn thê của anh, hay vợ của anh, và anh yêu cô sâu đậm. Vì thế anh mang theo một tấm hình của người anh yêu trong ví, bởi vì nó nhắc anh nhớ về cô mỗi khi cô đi đâu xa. Thỉnh thoảng, lúc không có ai để ý, có thể anh lại lấy tấm hình ra và hôn lên tấm hình đó. Nhưng hôn tấm hình là một sự thay thế tồi cho đối tượng thật sự. Với Kinh thánh cũng thế. Chúng ta yêu mến Kinh thánh chỉ bởi vì chúng ta yêu Đấng mà Kinh thánh nói về.

Đây là chìa khóa chính để hiểu Kinh thánh. Kinh thánh là bức ảnh của Đức Chúa Trời về Chúa Giê-xu. Kinh thánh làm chứng về Ngài. Vì thế, mỗi khi chúng ta đọc Kinh thánh, chúng ta phải tìm kiếm Đấng Christ. Chẳng hạn, luật pháp Cựu Ước là "người giám hộ" để đem chúng ta đến với Đấng Christ (Ga 3:24). Bởi vì Cựu Ước lên án chúng ta vì sự không vâng phục của chúng ta, nên Cựu Ước khiến Đấng Christ trở nên tối cần đối với chúng ta. Cựu Ước kéo chúng ta đến với Ngài, chỉ qua Ngài chúng ta mới có thể tìm được sự tha thứ.

Tiếp theo, sinh tế Cựu Ước chỉ về sinh tế toàn hảo cho tội lỗi, được dâng một lần đủ cả trên thập tự giá – sinh tế cho sự cứu rỗi chúng ta là Đấng Christ. Một ví dụ khác là sự dạy dỗ của các tiên tri Cựu Ước nói về sự đến của Đấng Mết-si-a. Họ nói Ngài là một vị vua từ dòng dõi Đa-vít. Suốt giai đoạn trị vì của vị vua này sẽ có bình an, công bằng và ổn định. Họ viết Ngài là "hậu tự của Áp-ra-ham", qua Ngài mọi dân trên thế giới sẽ được phước. Họ phác họa Ngài như "người đầy tớ chịu khổ của Đức Giê-

> Kinh thánh là bức ảnh của Đức Chúa Trời về Chúa Giê-xu.

hô-va", Đấng sẽ chết vì tội lỗi của dân sự Ngài và là "con người đến giữa các đám mây trên trời" mà mọi dân đều sẽ phục vụ. Tất cả những hình ảnh phong phú của lời tiên tri Cựu Ước đều làm chứng về Đấng Christ.

Khi chúng ta chuyển sang Tân Ước, Chúa Giê-xu Christ càng trở nên tiêu điểm rõ nét hơn. Các sách Phúc Âm toàn nói về Ngài. Chúng nói về sự giáng sinh, chức vụ công khai, lời nói và việc làm, sự chết và sự sống lại, sự thăng thiên của Ngài và việc Ngài ban Đức Thánh Linh. Sách Công Vụ cho chúng ta biết điều Chúa Giê-xu tiếp tục làm và dạy thông qua các sứ đồ mà Ngài đã chọn và giao sứ mạng. Thư tín của các sứ đồ công bố vinh hiển của Chúa Giê-xu trong thân vị thần-nhân và công tác cứu chuộc của Ngài.

Khi đến với sách cuối cùng của Kinh thánh, sách Khải Huyền, thì sách ấy cũng toàn nói về Đấng Christ. Vì ở đó chúng ta thấy Ngài tuần tra qua các hội thánh trên đất, cùng ngồi trên ngai với Đức Chúa Trời ở trên trời, cưỡi bạch mã cai trị và đến trong năng quyền và vinh hiển.

Các tác giả cổ thường nói rằng như ở nước Anh, mọi con đường mòn và mọi con đường làng, nối với các con đường khác, đều sẽ dẫn bạn đến London thể nào, thì mỗi câu và mỗi đoạn Kinh thánh, nối kết với câu khác, cuối cùng sẽ dẫn bạn đến với Đấng Christ thể ấy. Kinh thánh làm chứng về Ngài. Đó là lẽ thật đầu tiên được dạy một cách rõ ràng trong phân đoạn của chúng ta ở Giăng 5.

## 2.2 Đấng Christ làm chứng cho Kinh thánh

Khi Chúa Giê-xu nói đến lời chứng của Giăng Báp-tít, Ngài đang nói về nó như một lời chứng của con người (Giăng 5:33-34), và thêm rằng lời chứng chứng thực về Ngài thì "không phải... từ con người". Lời chứng mà Ngài có lớn hơn thế. Đó là lời chứng của Cha Ngài thông qua việc Ngài làm (câu 36) và lời Ngài nói (câu 38). Vì thế, ở đây là câu tuyên bố rõ ràng của Chúa Giê-xu rằng Kinh thánh Cựu Ước là "lời" của Cha Ngài, rằng lời chứng là Kinh thánh này không phải là lời chứng của con người, nhưng là lời chứng thiên thượng.

Đây là sự dạy dỗ nhất quán của Chúa Giê-xu. Thật ra, lý do chính mà chúng ta muốn thuận phục theo thẩm quyền của Kinh thánh ấy là Chúa Giê-xu Christ đã xác nhận rằng Kinh thánh sở hữu thẩm quyền của Đức Chúa Trời. Nếu chúng ta phải hiểu ý này (mà chúng ta cần phải hiểu thật), thì chúng ta cần phân biệt giữa Cựu và Tân Ước. Dĩ nhiên, Kinh thánh được cấu thành bởi cả hai, nhưng Chúa Giê-xu được sinh ra, sống và chết vào giữa hai giao ước ấy. Kết quả là, cách mà Ngài xác thực giao ước này khác với cách mà Ngài xác thực giao ước kia. Ngài nhìn lại Cựu Ước, Ngài chứng kiến Tân Ước, nhưng Ngài xác thực cả hai.

### a) Chúa Giê-xu xác nhận Cựu Ước

Như chúng ta đã thấy, Ngài không chỉ mô tả Cựu Ước là "lời" và "nhân chứng" của Cha Ngài, mà Ngài cũng nói "lời Kinh thánh không thể hủy bỏ được" (Giăng 10:35). Ngay đầu Bài Giảng Trên Núi, Ngài đã tuyên bố: "Đừng tưởng Ta đến để bãi bỏ luật pháp hay lời tiên tri; Ta đến, không phải để bãi bỏ nhưng để hoàn tất. Vì thật, Ta bảo các con, trước khi trời đất qua đi thì một chấm, một nét trong luật pháp cũng không thể qua đi được, cho đến lúc mọi sự được hoàn tất" (Mat 5:17-18). Thái độ của cá nhân Ngài đối với Kinh thánh Cựu Ước là thái độ thuận phục tôn kính, bởi vì Ngài tin rằng qua sự thuận phục Lời thành văn ấy, Ngài đang thuận phục Lời của Cha Ngài. Bởi vì Ngài tin rằng Lời ấy đến từ Đức Chúa Trời, nên Ngài giải nghĩa sứ mạng làm Đấng Mết-si-a của mình trong ánh sáng của lời chứng tiên tri nói về sứ mạng đó và nói thêm rằng những điều đó nhất định sẽ thành hiện thực, bởi vì Kinh thánh phải được ứng nghiệm.

Ngoài ra, Chúa Giê-xu vâng phục các mạng lệnh đạo đức của Cựu Ước, như khi chịu cám dỗ trong đồng vắng tại xứ Giu-đê, Ngài lệnh cho ma quỷ phải rời khỏi Ngài bởi những gì được viết ra trong Kinh thánh. Dù cám dỗ của Sa-tan tinh vi thế nào đi nữa, thì Chúa Giê-xu cũng không định nghe theo hay thỏa hiệp. Ngài đã quyết tâm vâng lời Đức Chúa Trời, chứ không phải ma quỷ, và những gì đã được viết trong Kinh thánh đã giúp Ngài chiến thắng cám dỗ (ví dụ Lu-ca 4:4,8,12).

Trong tất cả những tranh luận giữa Ngài với những người lãnh đạo tôn giáo thời đó, Chúa Giê-xu đã dùng Kinh thánh làm căn cứ để viện dẫn. Ngài thường tham gia vào những tranh luận và ở tất cả những dịp ấy Ngài đều viện dẫn Kinh thánh. Ngài phê phán người Pha-ri-si vì thêm các truyền thống vào Kinh thánh, và phê phán người Sa-đu-sê vì bỏ những điều siêu nhiên (ví dụ sự sống lại) ra khỏi Kinh thánh. Vì thế, Chúa Giê-xu tôn cao Kinh thánh vì là Lời của Cha Ngài, vừa để tin vừa để vâng lời. Ngài không cho phép bất cứ sự thay đổi nào trong đó, dù là thêm vào hoặc bớt ra.

Dĩ nhiên, Ngài tuyên bố rằng, với Ngài thì thời kỳ "ứng nghiệm" đã đến (ví dụ Mác 1:14-15), vì thế thời gian chờ đợi đã qua. Theo như các môn đồ Ngài đã sớm nhận ra, điều này có nghĩa là người ngoại bang được tiếp nhận vào nước Đức Chúa Trời với cùng điều kiện như với người Do Thái, rằng hệ thống lễ nghi của Do Thái đã trở nên không còn cần thiết nữa, trong đó bao gồm cả những luật liên quan đến ăn uống (Mác 7:19) và – trên hết – các luật về sinh tế.

> Sẽ thật kỳ lạ khi một Cơ Đốc nhân xem Chúa Giê-xu là Thầy và Chúa lại có cái nhìn thấp kém hơn so với cái nhìn của Ngài về Cựu Ước.

Nhưng trong các sách Tin lành về Chúa Giê-xu, không có ví dụ nào bất đồng với sự dạy dỗ về đạo đức và giáo lý của Cựu Ước. Điều Ngài phủ nhận là những cách giải nghĩa sai lạc và bóp méo Cựu Ước của các thầy thông giáo. Đây là ý Ngài nói đến trong Bài giảng trên núi, trong đó sáu lần Ngài nói rằng "Các ngươi đã nghe điều này, nhưng ta bảo các ngươi điều khác hơn." Điều họ đã "nghe" được gọi là "truyền thống của các trưởng lão". Đây chính là những điều mà Ngài phê phán, chứ không phải sự dạy dỗ của Môi-se trong luật pháp. Vì Ngài nhận điều được ghi chép trong Kinh thánh là Lời của Cha Ngài.

Nếu vậy, và với bằng chứng rất nhiều, thì chúng ta cần phải nói thêm rằng trò không hơn thầy. Sẽ thật kỳ lạ khi một Cơ Đốc nhân xem Chúa Giê-xu là Thầy và Chúa lại có cái nhìn thấp kém hơn so với cái nhìn của Ngài về Cựu Ước. Gọi Chúa Giê-xu là "Thầy" và "Chúa" rồi lại không đồng ý với Ngài nghĩa là sao? Chúng ta không có quyền tự do bất đồng với Ngài. Quan điểm của Ngài về Kinh thánh phải trở thành quan điểm của chúng ta. Vì Ngài tin Kinh thánh, thì chúng ta cũng phải tin. Vì Ngài vâng lời Kinh thánh, thì chúng ta cũng phải vâng lời. Ngài chuẩn thuận thẩm quyền của Kinh thánh một cách rõ ràng.

**b) Chúa Giê-xu dự bị cho việc viết Tân Ước**

Như Chúa Giê-xu đã kêu gọi các tiên tri trong Cựu Ước ký thuật và giải nghĩa những gì Ngài đang làm và "sai" họ đi dạy dỗ con cái Y-sơ-ra-ên thế nào, thì Chúa Giê-xu cũng kêu gọi các sứ đồ ký thuật và giải nghĩa những gì Ngài đang nói và làm, sau đó "sai" họ đi dạy hội thánh, thật ra là cả thế gian, thế ấy. Đây là nghĩa của từ *apostolos*, một người "được sai đi vào một sứ mạng với một sứ điệp". Sự tương đồng giữa các tiên tri Cựu Ước và các sứ đồ Tân Ước này là có chủ đích. Chúa Giê-xu chọn mười hai sứ đồ để họ có thể ở với Ngài – nghe Ngài nói, thấy việc Ngài làm và sau đó làm chứng từ những gì họ đã thấy và nghe (xem Mác 3:14; Giăng 15:27). Tiếp theo, Ngài hứa ban cho họ Đức Thánh Linh để nhắc họ nhớ sự dạy dỗ của Ngài và bổ sung cho sự dạy dỗ ấy, dẫn họ vào mọi lẽ thật (Giăng 14:25-26; 16:12-13). Điều này giải thích vì sao sau này Chúa Giê-xu nói với các sứ đồ: "Ai nghe các con là nghe Ta; ai chối từ các con là chối từ Ta" (xem Mat 10:40; Lu-ca 10:16; Giăng 13:20). Nói cách khác, Ngài cho họ thẩm quyền của Ngài, để thái độ của người ta đối với sự dạy dỗ của họ sẽ phản chiếu thái độ của người ta đối với Ngài. Sau này, Chúa Giê-xu thêm Phao-lô và có lẽ một hoặc hai người khác vào trong nhóm các sứ đồ, cho họ thẩm quyền sứ đồ y như vậy.

Chính các sứ đồ đã nhận ra thẩm quyền độc nhất mà họ được ban cho trong tư cách là những người dạy dỗ hội thánh. Đôi lúc họ không do dự khi đặt chính mình ngang hàng với các tiên tri Cựu Ước, bởi vì họ cũng là những người mang vác "lời của Đức Chúa Trời" (ví dụ 1 Tê 2:13). Họ nói và viết nhân danh và bằng thẩm quyền của Chúa Giê-xu Christ. Họ đưa ra những mạng lệnh và đòi hỏi sự vâng lời (ví dụ 2 Tê 3). Họ thậm chí còn đưa ra những lời chỉ dẫn đó là: các lá thư của họ cần được đọc trong các buổi hội họp công khai khi các Cơ Đốc nhân họp lại để thờ phượng Chúa, qua đó đặt các lá thư ấy ngang hàng với

Kinh thánh Cựu Ước (ví dụ Côl 4:6; 1 Tê 5:27). Đây là nguồn gốc của việc đọc Kinh thánh Cựu và Tân Ước trước hội thánh, điều vẫn còn tiếp tục đến ngày nay.

Một ví dụ nổi bật về nhận thức của Phao-lô đối với thẩm quyền sứ đồ của mình xuất hiện trong thư ông gửi cho người Ga-la-ti. Ông đã trèo lên các dãy núi Taurus trên cao nguyên Ga-la-ti để viếng thăm họ và khi đang mang trong người một căn bệnh. Ông đề cập đến một tật bệnh nào đó, có lẽ đã tác động đến thị lực của ông (Ga 4:13-16), rồi tiếp tục nói: "anh em cũng chẳng khinh khi hay miệt thị tôi, mà lại tiếp rước tôi như một thiên sứ của Đức Chúa Trời, như chính Đấng Christ Jêsus" (câu 14). Họ không chỉ đón tiếp ông như một "thiên sứ" hay một sứ giả của Đức Chúa Trời, mà họ còn thật sự lắng nghe ông nói như thể ông là chính Chúa Giê-xu Christ. Hãy lưu ý rằng ông không quở trách họ vì điều này. Ông không bảo: "Các anh đang nghĩ cái quái gì thế, sao các anh lại dành cho tôi sự tôn kính mà các anh dành cho Đấng Christ?" Không, ông khen ngợi họ vì cách họ đối đãi với ông. Không chỉ đơn thuần là phép lịch sự của người Cơ Đốc thúc đẩy họ đón tiếp một người khách lạ. Nó còn hơn thế nữa. Họ đã nhận ra ông là một sứ giả từ Chúa, là một sứ đồ, người nhân danh Chúa Giê-xu và với thẩm quyền của Chúa Giê-xu mà đến với họ. Vì thế, họ đã đón nhận ông như thể ông là Đấng Christ vậy.

Các sứ đồ không chỉ nhận biết thẩm quyền dạy dỗ mà họ được ban cho, mà hội thánh đầu tiên cũng hiểu điều đó nữa. Ngay khi tất cả các sứ đồ đã chết, các lãnh đạo hội thánh biết rằng họ đã chuyển sang một kỷ nguyên mới: hậu các sứ đồ. Giờ đây không còn ai trong hội thánh có thẩm quyền của một Phao-lô hay của một Phi-e-rơ hay của một Giăng nữa. Giám mục Ignatius xứ An-ti-ốt (110 S.C) có lẽ là ví dụ rõ ràng và sớm nhất về điều này, ông là người làm mục vụ sau khi Giăng, vị sứ đồ cuối cùng còn sống, qua đời. Trên đường đến La Mã để bị hành quyết, Ignatius đã viết một số bức thư gửi cho người Ê-phê-sô, cho người La Mã, cho người Trallian và những người khác nữa. Một số lần trong các bức thư này, ông viết: "Giống như Phi-e-rơ và Phao-lô, tôi không đưa ra cho các anh em những mạng lệnh. Bởi vì tôi không phải là sứ đồ, nhưng là một người bị kết án." Ignatius khi ấy là một giám mục trong hội thánh. Nhưng ngay cả như thế, thì ông cũng biết ông không phải là sứ đồ, vì thế ông không có thẩm quyền của một sứ đồ. Rõ ràng, hội thánh đầu tiên đã hiểu sự khác biệt này. Vì thế, vào thế kỷ thứ ba S.C, khi đến lúc phải ổn định kinh điển Tân Ước, thì việc xem xét sách có phù hợp với lời dạy của các sứ đồ hay không là yếu tố để đưa sách vào kinh điển.

Những câu hỏi thiết yếu cần được đặt ra với sách còn tranh cãi đó là: nó có được viết ra bởi một vị sứ đồ không? Nếu không, thì nó có xuất phát từ những người thân thiết với các sứ đồ không? Nó có chứa đựng sự dạy dỗ của các sứ đồ không? Nó có nhận được sự phê chuẩn của các sứ đồ không? Nếu sách đó có thể chứng minh là "mang tính chất sứ đồ" theo một trong những cách này, thì vị trí của nó trong kinh điển của Kinh thánh Tân Ước được đảm bảo.

Việc phục hồi sự hiểu biết về thẩm quyền duy nhất của các sứ đồ của Đấng Christ là cực kỳ quan trọng. Họ là những người tận mắt chứng kiến Chúa phục sinh (Công 1:21-26; 1 Cô 9:1; 15:8-10). Họ đã nhận được sự ủy thác và soi dẫn đặc biệt từ Ngài. Vì thế, chúng ta không có quyền gạt bỏ sự dạy dỗ của họ như thế đó chỉ là quan điểm cá nhân của họ mà thôi. Họ đang không nói hay viết nhân danh chính họ, nhưng nhân danh Đấng Christ.

## 2.3 Kết luận

Bây giờ tôi xin tóm lược lại. Chúng ta tin Kinh thánh là vì Đấng Christ. Ngài chứng nhận Cựu Ước và Ngài dự bị cho việc viết Tân Ước bằng cách ban cho các sứ đồ thẩm quyền của Ngài. Vì thế, chúng ta tiếp nhận Kinh thánh từ tay của Chúa Giê-xu Christ. Chính Ngài đã ban cho Kinh thánh thẩm quyền của chính Ngài. Và vì chúng ta quyết định thuận phục Ngài, nên chúng ta cũng quyết định thuận phục Kinh thánh. Giáo lý về Kinh thánh của chúng ta gắn liền với sự trung thành của chúng ta dành cho Chúa Giê-xu Christ. Nếu Ngài là Thầy và là Chúa của chúng ta, thì chúng ta không có quyền không đồng ý với Ngài. Quan điểm về Kinh thánh của Ngài phải là quan điểm của chúng ta.

Ở điểm này, một số người sẽ đưa ra lời phản đối có thể hiểu được. Họ nói: "Kinh thánh làm chứng về Đấng Christ và Đấng Christ làm chứng cho Kinh thánh", tóm tắt chính xác những gì nãy giờ chúng ta đã nói. Họ nói tiếp: "Nhưng chắc chắn lời chứng hỗ tương này, bên này làm chứng cho bên kia, chẳng phải là một vòng luẩn quẩn hay sao? Chẳng phải nó không thừa nhận chính lẽ thật mà anh muốn chứng minh hay sao? Nghĩa là, để chứng minh sự soi dẫn của Kinh thánh, anh phải viện dẫn sự dạy dỗ của Chúa Giê-xu, nhưng anh không tin sự dạy dỗ của Chúa Giê-xu chỉ dựa trên Kinh thánh được soi dẫn. Đó chẳng phải là một lập luận luẩn quẩn, vì thế không có hiệu lực, sao?" Đây là một lời phản đối quan trọng mà ta cần đối diện. Nhưng thật ra lập luận của chúng ta đã bị phát biểu sai rồi, vì đó là lập luận tuyến tính chứ không phải vòng.

> Vì thế, chúng ta tiếp nhận Kinh thánh từ tay của Chúa Giê-xu Christ.

Hãy để tôi trình bày theo cách này: Khi chúng ta mới nghe lời chứng của Kinh thánh về Đấng Christ, chúng ta đọc Tân Ước của mình không phải với một giáo lý soi dẫn đã nhận thức từ trước. Chúng ta chỉ đơn giản là chấp nhận nó như một bộ sưu tập những tư liệu lịch sử thế kỷ thứ nhất, mà Kinh thánh thật như thế. Tuy nhiên, thông qua lời chứng lịch sử này, tách biệt với bất cứ thuyết về sự soi dẫn của Kinh thánh nào, Đức Thánh Linh đem chúng ta đến với đức tin nơi Chúa Giê-xu. Rồi Chúa Giê-xu, là Đấng mà chúng ta tin, cứ chúng ta trở lại với Kinh thánh và trong sự dạy dỗ của Ngài, ban cho chúng ta một giáo lý về Kinh thánh mà khi chúng ta bắt đầu đọc thì chúng ta không hề biết – bởi vì giờ đây Ngài bảo chúng ta rằng lời chứng lịch sử của nó cũng là lời chứng thiên thượng, rằng thông qua nhân tố con người là các tiên tri và các sứ đồ, Cha Ngài đang làm chứng về Ngài.

Bất cứ khi nào bạn đọc Kinh thánh, tôi muốn xin bạn nhớ mục đích chính của Kinh thánh. Kinh thánh là lời chứng của Cha về Con. Kinh thánh chỉ về Con. Kinh thánh nói với chúng ta: "Hãy đến với Ngài để tìm được sự sống – sự sống dư dật – trong Ngài." Vì thế, bất cứ thiên kiến nào với bản kinh văn, là điều không dẫn tới một cam kết mạnh mẽ hơn dành cho Chúa Giê-xu Christ thông qua đức tin, tình yêu, sự thờ phượng và sự thuận phục, đều là sai lệch nghiêm trọng. Nó đem chúng ta đến chỗ phải nghe lời quở trách của Chúa Giê-xu: "Các ngươi tra cứu Kinh thánh, vì nghĩ rằng trong đó có sự sống đời đời. Chính Kinh thánh làm chứng về Ta, vậy mà các ngươi không muốn đến với Ta (là Đấng mà Kinh thánh làm chứng) để được sự sống đời đời."

Kinh thánh (như Luther thường nói) là máng cỏ hay "cái nôi" mà hài nhi Giê-xu nằm. Chúng ta đừng xem xét kỹ lưỡng cái nôi mà quên thờ phượng Hài Nhi. Chúng ta có thể nói, Kinh thánh là ngôi sao, tức ngôi sao dẫn các bác sĩ đến với Chúa Giê-xu. Đừng để cho sự hiếu kỳ về thiên văn học lớn đến mức làm chúng ta bận tâm đến độ chúng ta bỏ lỡ căn nhà mà ngôi sao ấy đang dẫn đến, trong đó có chính Đấng Christ Hài Đồng. Hay chúng ta có thể nói, Kinh thánh là cái hộp trong đó châu báu là Chúa Giê-xu Christ được trưng bày. Xin đừng thích thú với cái hộp mà bỏ qua món châu ngọc ấy.

> Sở hữu một quyển Kinh thánh hay đọc Kinh thánh, yêu mến Kinh thánh, học Kinh thánh và biết Kinh thánh thôi chưa đủ. Chúng ta cần tự hỏi: *Đấng Christ của Kinh thánh có phải là trung tâm đời sống của chúng ta không?*

Anh thấy đấy, sở hữu một quyển Kinh thánh hay đọc Kinh thánh, yêu mến Kinh thánh, học Kinh thánh và biết Kinh thánh thôi chưa đủ. Chúng ta cần tự hỏi: *Đấng Christ của Kinh thánh có phải là trung tâm đời sống của chúng ta không?* Nếu không, thì cả chuyện đọc Kinh thánh của chúng ta đều ra vô ích, bởi vì đây là mục đích lớn của Kinh thánh.

# 3
# Đức Thánh Linh và Kinh Thánh

Mọi Cơ Đốc nhân đều biết rằng Kinh thánh và Đức Thánh Linh có liên hệ với nhau. Thật ra, mọi Cơ Đốc nhân đều tin rằng trên một phương diện nào đó, Kinh thánh là sản phẩm do Đức Thánh Linh tạo ra. Chúng ta thường xác nhận một trong những tín lý của mình về Đức Thánh Linh ấy là "Ngài phán thông qua các tiên tri." Cụm từ này ngân vang nhiều cụm từ tương tự xuất hiện trong Tân Ước. Chẳng hạn, chính Chúa Giê-xu từng trích dẫn Thi Thiên 110 bằng những lời sau: "Chính Đa-vít được Đức Thánh Linh cảm thúc, đã nói rằng..." (Mác 12:36). Tương tự, sứ đồ Phi-e-rơ trong lá thư thứ hai của mình đã viết rằng "người ta [các tiên tri] được Đức Thánh Linh cảm thúc nói ra từ Đức Chúa Trời" (2 Phi 1:21), hay, như nghĩa của động từ Hy Lạp, họ được Thánh Linh "lùa đi", như bởi một cơn gió mạnh vậy. Vì thế giữa Kinh thánh và Thánh Linh có một mối quan hệ quan trọng, mà chúng ta cần phải tìm hiểu.

> Kinh thánh đến từ Đức Chúa Trời, đặt trọng tâm là Đấng Christ và được Thánh Linh soi dẫn.

Đến thời điểm này, chúng ta đã nói rằng Đức Chúa Trời là tác giả của Kinh thánh, rằng Chúa Giê-xu Christ là chủ đề chính của Kinh thánh. Bây giờ chúng ta phải nói thêm rằng Đức Thánh Linh là *tác nhân* của Kinh thánh. Vì thế sự hiểu biết về Kinh thánh của người Cơ Đốc về căn bản là sự hiểu biết dựa trên Ba Ngôi. Kinh thánh đến từ Đức Chúa Trời, đặt trọng tâm là Đấng Christ và được Thánh Linh soi dẫn. Vì thế, định nghĩa tốt nhất về Kinh thánh cũng là định nghĩa mang tính Ba Ngôi: "Kinh thánh là lời chứng của Cha về Con thông qua Đức Thánh Linh."

Vậy thì, vai trò chính xác của Đức Thánh Linh trong tiến trình khải thị là gì? Để trả lời cho câu hỏi này, chúng ta cần tìm đến chính Kinh thánh và cụ thể là 1 Cô-rinh-tô 2:6-16.

> Tuy nhiên, với những người trưởng thành, chúng tôi cũng rao giảng sự khôn ngoan, nhưng không phải sự khôn ngoan của đời nầy, hoặc của những nhà lãnh đạo đời nầy là những người sẽ phải qua đi. Nhưng chúng tôi rao giảng sự khôn ngoan, mầu nhiệm và kín giấu của Đức Chúa Trời, điều đã được Đức Chúa Trời định sẵn từ trước các thời đại cho sự vinh quang của chúng ta. Không có nhà lãnh đạo nào của đời nầy biết được điều đó, vì nếu biết, họ đã không đóng đinh Chúa vinh quang vào thập tự giá. Nhưng, như điều đã chép:
>
> > *"Những gì mắt chưa thấy, tai chưa nghe,*
> > *Và lòng chưa nghĩ đến*
> > *Thì Đức Chúa Trời đã dành sẵn cho những người yêu mến Ngài."*
>
> Nhưng Đức Chúa Trời đã bày tỏ những điều nầy cho chúng ta qua Thánh Linh. Vì Thánh Linh thấu suốt mọi sự, ngay cả những điều sâu nhiệm của Đức Chúa Trời. Ai biết được tư tưởng của con người, nếu không phải là tâm linh ở trong chính người ấy? Cũng vậy, không ai có thể biết được ý tưởng của Đức Chúa Trời, ngoài Thánh Linh của Đức Chúa Trời. Nhưng, chúng ta không nhận lấy linh của thế gian mà là Thánh Linh từ Đức Chúa Trời, để có thể hiểu được những ân tứ Đức Chúa Trời ban cho chúng ta. Chúng tôi truyền đạt điều nầy, không nhờ những ngôn từ học hỏi được nơi sự khôn ngoan của loài người, nhưng nhờ sự chỉ dạy của Thánh Linh, dùng lời lẽ thuộc linh giãi bày những chân lý thuộc linh. Người không có Thánh Linh không nhận được những điều từ Thánh Linh của Đức Chúa Trời, bởi người ấy xem những điều nầy là điên rồ và không thể hiểu được, vì phải được phán đoán cách thuộc linh. Nhưng, người có Thánh Linh thì xét đoán mọi sự, còn chính người ấy thì không bị ai xét đoán. "Vì ai đã biết được tâm trí của Chúa, để chỉ bảo Ngài?" Nhưng chúng ta có tâm trí của Đấng Christ.

Chúng ta cần nhìn bản văn này trong bối cảnh rộng lớn hơn. Cho đến lúc này trong 1 Cô-rinh-tô, Phao-lô đã nhấn mạnh "tính chất điên rồ" của Phúc Âm. Chẳng hạn, "sứ điệp của thập tự giá đối với những người hư mất là điên rồ" (1:18) và "chúng tôi rao giảng Đấng Christ bị đóng đinh vào thập tự giá, điều mà người Do Thái cho là sai lầm, còn dân ngoại cho là điên rồ" (1:23). Hay, như chúng ta thường diễn đạt ngày nay, sứ điệp thập tự giá nghe có vẻ ngu dại, thậm chí là vô nghĩa, với những trí thức thế tục. Vì thế, bây giờ Phao-lô thêm vào một sự hiệu chỉnh trong trường hợp độc giả của ông tưởng rằng ông đang chống đối mọi sự khôn ngoan, và thay vào đó, ông tôn vinh sự ngu dại. Vị sứ đồ này có chống đối tri thức không? Ông có xem thường sự hiểu biết và việc sử dụng đầu óc không? Không, chắc chắn là không!

Câu 6-7: "Tuy nhiên, với những người trưởng thành, chúng tôi cũng rao giảng sự khôn ngoan... mầu nhiệm và kín giấu của Đức Chúa Trời, điều đã được Đức Chúa Trời định sẵn từ trước các thời đại cho sự vinh quang của chúng ta." Ta không được bỏ qua sự đối lập mà Phao-lô đang đưa ra. Ông viết, chúng tôi thật sự có truyền đạt sự khôn ngoan, nhưng (a) chỉ cho người trưởng thành, không cho những người không tin Chúa, thậm chí cũng không cho những tín hữu Cơ Đốc còn non trẻ; (b) đó chính là sự khôn ngoan của Đức Chúa Trời, chứ không phải sự khôn ngoan thế tục; và (c) để cho chúng ta được xưng vinh hiển, nghĩa là, cho sự toàn hảo cuối cùng của chúng ta thông qua việc chia sẻ vinh quang của Đức Chúa Trời, chứ không phải chỉ để mang chúng ta tới chỗ được xưng công bình trong Đấng Christ. Chính chúng ta cần phải đi theo gương của vị sứ đồ này. Trong việc truyền giảng cho người chưa tin, chúng ta phải tập trung vào "sự rồ dại" của Phúc Âm về Đấng Christ bị đóng đinh vì tội nhân. Tuy nhiên, trong việc gây dựng Cơ Đốc nhân nên người trưởng thành trọn vẹn, chúng ta cần ao ước dẫn họ vào sự hiểu biết về mục đích trọn vẹn của Đức Chúa Trời. Trong câu 7, Phao-lô gọi điều này là "sự mầu nhiệm kín giấu của Đức Chúa Trời" và trong câu 9, điều "Đức Chúa Trời đã dành sẵn cho những người yêu mến Ngài." Ông nhấn mạnh rằng sự mầu nhiệm ấy chỉ có thể biết được thông qua sự khải thị. "Kẻ cai trị đời này" (những người lãnh đạo thế tục) không hiểu điều đó, nếu không thì họ đã không đóng đinh "Chúa của sự vinh hiển" (câu 8). Tuy nhiên, họ không phải là ngoại lệ. Nếu để yên cho họ, thì tất cả mọi người đều sẽ không biết gì về sự khôn ngoan và mục đích của Đức Chúa Trời.

Phao-lô viết ở đây, mục đích của Đức Chúa Trời là điều gì đó mà "mắt chưa thấy" (vô hình), "tai chưa nghe" (không nghe thấy được), "lòng chưa nghĩ đến" (không thể nhận thức được). Nó vượt xa hơn tầm mắt, đôi tai và trí óc con người. Nó không mở ra cho khoa học tìm hiểu, thậm chí cũng không mở ra cho trí tưởng tượng của thi ca. Nó hoàn toàn vượt xa hơn năng lực trí óc hữu hạn nhỏ bé của chúng ta, trừ phi Đức Chúa Trời khải thị nó – mà đó chính xác là điều Đức Chúa Trời đã làm! Hãy lắng nghe một lần nữa: "Những gì mắt chưa thấy, tai chưa nghe, và lòng chưa nghĩ đến –những điều Đức Chúa Trời đã dành sẵn cho những người yêu mến Ngài" – sự huy hoàng không thể tưởng tượng được của mục đích Ngài – "Đức Chúa Trời đã khải thị cho chúng ta thông qua Thánh Linh Ngài." Từ "chúng ta" được nhấn mạnh, và trong bối cảnh này nó hẳn không nói về tất cả chúng ta, nhưng về sứ đồ Phao-lô, người đang viết, về các sứ đồ đồng bạn của ông. Đức Chúa Trời đã ban khải thị đặc biệt về những lẽ thật này cho những cơ quan khải thị đặc biệt (các tiên tri trong Cựu Ước và các sứ đồ trong Tân Ước, và Đức Chúa Trời làm điều này "thông qua Thánh Linh". Đức Thánh Linh là tác nhân của khải thị này.

Tôi e rằng tất cả điều này là một sự dẫn nhập khá dài dòng nhằm giúp chúng ta thấy bối cảnh mà trong đó Phao-lô đi vào chủ đề về Đức Thánh Linh với vai trò tác nhân của sự khải thị. Điều ông tiếp tục viết là một câu phát biểu vô cùng toàn diện. Ông phác họa bốn giai đoạn công tác của Đức Thánh Linh trong vai trò làm tác nhân cho khải thị thiên thượng.

## 3.1 Thánh Linh thấu suốt

Đầu tiên, Đức Thánh Linh là Thánh Linh thấu suốt (câu 10-11). Nhân tiện, cần phải ghi chú rằng điều này cho thấy Đức Thánh Linh mang tính thân vị. Chỉ có thân vị, hay con người, thì mới có thể tham gia "tìm kiếm" hay "nghiên cứu" để thấu tỏ. Chắc chắn, máy tính có thể đảm nhận được việc nghiên cứu vô cùng phức tạp theo kiểu phân tích và máy móc. Nhưng nghiên cứu thật sự không chỉ là thu thập và phân tích dữ liệu mang tính thống kê, nó đòi hỏi ý tưởng sáng tạo. Vì thế, đây là công tác mà Đức Thánh Linh thực hiện, bởi vì Ngài có tâm trí để suy nghĩ. Là một thân vị thiêng liêng (không phải là một cái máy hay một sức mạnh hay một ảnh hưởng mơ hồ), chúng ta cần quen với việc nhắc đến Thánh Linh là "Ngài" chứ không phải là "nó".

Phao-lô sử dụng hai hình ảnh nhỏ thú vị để chỉ khả năng độc nhất của Đức Thánh Linh trong công tác khải thị.

Thứ nhất đó là "Thánh Linh thấu suốt [hay "dò xét", "tra cứu"] mọi sự, ngay cả những điều sâu nhiệm của Đức Chúa Trời" (câu 10). Chính động từ này được Chúa Giê-xu áp dụng cho việc người Do Thái "tra cứu Kinh thánh". Đức Thánh Linh được khắc họa như một người làm công tác nghiên cứu không ngừng tò mò hay thậm chí có lẽ còn như một người lặn dưới biển sâu tìm cách dò thấu những độ sâu sâu kín nhất trong bản thể không thể dò thấu được của Đức Chúa Trời Toàn Năng. Vì bản thể của Chúa là vô hạn về chiều sâu, và Phao-lô dạn dĩ tuyên bố rằng Thần Linh Đức Chúa Trời đang dò tìm những chiều sâu này. Nói cách khác, chính Đức Chúa Trời đang thám hiểm những sự đa dạng của chính bản thể Ngài.

Khuôn mẫu hay hình ảnh thứ hai mà Phao-lô đưa ra được lấy từ chính sự hiểu biết của con người. Câu 11: "Ai biết được tư tưởng của con người, nếu không phải là tâm linh ở trong chính người ấy?" Xét theo nghĩa đen, "tư tưởng" là "những điều", những điều thuộc về một người, có lẽ điều chúng ta có thể gọi là "tính chất người" của mình. Kiến thì không thể nào nhận biết làm người nghĩa là gì. Hay ếch, hay thỏ hay thậm chí là con vượn thông minh nhất cũng không nhận biết được. Hay một người hiểu biết đầy đủ về một người khác cũng không nhận biết được. Chúng ta thường nói, đặc biệt có lẽ ở tuổi dậy thì khi chúng ta đang trưởng thành, "Anh không hiểu đâu! Chẳng ai hiểu tôi cả!" Đúng thế! Không ai thật sự hiểu tôi ngoài chính tôi, và ngay cả sự hiểu biết của tôi về chính mình cũng giới hạn. Cũng vậy, không ai hiểu bạn ngoại trừ chính bạn. Thước đo sự tự hiểu mình và tự ý thức về mình được Phao-lô áp dụng cho Đức Thánh Linh: "Cũng vậy, không ai có thể biết được ý tưởng của Đức Chúa Trời, ngoài Thánh Linh của Đức Chúa Trời" (câu 11). Ở đây, Thánh Linh của Đức Chúa Trời được ví sánh gần như là sự tự hiểu hay tự ý thức của Đức Chúa Trời. Không ai có thể hiểu một người trừ ra chính người đó thế nào, thì cũng không ai có thể hiểu Đức Chúa Trời trừ ra chính Đức Chúa Trời thế ấy. Như một bài thánh ca có nói: "Chỉ Đức Chúa Trời mới biết tình yêu thương của Đức Chúa Trời." Chúng ta cũng có thể xác nhận rằng chỉ Đức Chúa Trời mới biết sự khôn ngoan của Đức Chúa Trời, thật vậy, chỉ Đức Chúa Trời mới biết chính Ngài.

Vì thế, Đức Thánh Linh dò xét những chiều sâu của Đức Chúa Trời, và Thánh Linh biết những điều về Đức Chúa Trời. Ngài có một sự hiểu biết độc nhất về Đức Chúa Trời. Câu hỏi là: Ngài đã làm gì với điều Ngài dò xét và nhận biết? Ngài có giữ sự hiểu biết độc nhất ấy cho riêng mình không? Không. Ngài đã làm điều mà chỉ Ngài mới có thể làm, Ngài đã khải thị nó ra. Thánh Linh dò thấu trở thành Thánh Linh khải thị.

## 3.2 Thánh Linh khải thị

Điều chỉ mình Đức Thánh Linh có thể biết thì một mình Ngài mới có thể tỏ ra. Điều này đã được nói đến trong câu 10: "Đức Chúa Trời đã bày tỏ những điều nầy cho chúng ta qua Thánh Linh." Bây giờ Phao-lô tiếp tục trong câu 12: "Nhưng, chúng ta [đây chính là "chúng tôi" tức các sứ đồ, hình thức số nhiều của thẩm quyền sứ đồ] không nhận lấy linh của thế gian mà là Thánh Linh từ Đức Chúa Trời [tức là Thánh Linh dò thấu và hiểu biết], để có thể hiểu được những ân tứ Đức Chúa Trời ban cho chúng ta." Thật ra, các sứ đồ đã nhận hai món quà ân sủng từ Chúa – thứ nhất là ân sủng của Ngài trong sự cứu rỗi ("điều Đức Chúa Trời đã ban cho chúng ta cách rời rộng") và thứ hai, Thánh Linh Ngài thêm năng lực để chúng ta hiểu sự cứu rỗi đầy ân điển của Ngài.

Chính Phao-lô cũng là ví dụ tốt nhất cho tiến trình kép này. Như chúng ta đọc thư của ông, ông cho chúng ta phần giải kinh xuất sắc về Phúc Âm của ân điển Đức Chúa Trời. Ông nói cho chúng ta điều Đức Chúa Trời đã làm cho những tội nhân tội lỗi như chúng ta, những người không có gì để biện minh và chẳng xứng đáng gì cả trong tay Ngài ngoại trừ sự đoán phạt. Ông tuyên bố rằng Đức Chúa Trời đã sai Con Ngài chết vì tội lỗi của chúng ta trên thập tự giá và sống lại, rằng nếu chúng ta được liên hiệp với Chúa Giê-xu Christ, bởi đức tin bên trong và bởi phép báp-tem bên ngoài, thì chúng ta đã chết và sống lại với Ngài và kinh nghiệm một cuộc đời mới trong Ngài. Đó là một Phúc Âm cao quý mà Phao-lô bày tỏ trong các thư tín của mình. Nhưng làm sao ông biết tất cả những điều này? Làm sao ông có thể đưa ra những câu phát biểu trọn vẹn như thế về sự cứu rỗi? Đầu tiên, câu trả lời là:

bởi vì chính ông đã nhận được nó. Ông biết ân điển của Đức Chúa Trời trong kinh nghiệm. Và, thứ hai, Thánh Linh đã được ban cho ông để giải nghĩa những kinh nghiệm của ông với Ngài. Vì thế, Thánh Linh bày tỏ cho ông kế hoạch cứu rỗi của Đức Chúa Trời, điều mà trong các thư tín khác Phao-lô gọi là "sự huyền nhiệm". Thánh Linh thấu suốt đã trở thành Thánh Linh khải thị.

## 3.3 Thánh Linh soi dẫn

Chúng ta đã sẵn sàng cho giai đoạn ba: Thánh Linh khải thị trở thành Thánh Linh soi dẫn. Câu 13: "Chúng tôi truyền đạt điều nầy, không nhờ những ngôn từ học hỏi được nơi sự khôn ngoan của loài người, nhưng nhờ sự chỉ dạy của Thánh Linh." Hãy chú ý trong câu 12, Phao-lô viết về điều "chúng ta đã nhận" và trong câu 13 nói về điều "chúng ta truyền đạt". Tôi có thể giải thích chi tiết chuỗi ý tưởng của ông như sau: "Chúng tôi đã nhận những món quà ân điển của Chúa này, chúng tôi đã nhận Thánh Linh này để giải thích cho chúng tôi điều Đức Chúa Trời đã làm cho chúng tôi và đã ban cho chúng tôi; bây giờ chúng tôi truyền lại cho người khác những gì chúng tôi đã nhận." Thánh Linh thấu suốt, Đấng đã khải thị kế hoạch cứu rỗi của Đức Chúa Trời cho các sứ đồ, tiếp tục truyền đạt Phúc Âm này cho người khác thông qua các sứ đồ. Thánh Linh đã không giữ những sự nghiên cứu, tìm tòi, thấu suốt cho chính mình thế nào, thì các sứ đồ cũng không giữ sự khải thị cho chính mình như thế ấy. Không! Họ hiểu rằng họ là những người được tín thác sự khải thị ấy. Họ phải đem những gì họ đã được nhận đến cho người khác.

Ngoài ra, điều họ truyền đạt lại là bằng lời, và những lời họ nói đặc biệt được mô tả là "không nhờ những ngôn từ học hỏi được nơi sự khôn ngoan của loài người, nhưng nhờ sự chỉ dạy của Thánh Linh" (câu 13). Hãy lưu ý cách Đức Thánh Linh được nhắc đến ở đây, lần này trong tư cách Thánh Linh soi dẫn. Vì ở đây trong câu 13 là một lời tuyên bố mập mờ từ phía sứ đồ Phao-lô về "sự soi dẫn bằng lời". Nghĩa là, chính những lời mà các sứ đồ mặc lấy cho sứ điệp đã được khải thị cho họ bởi Thánh Linh là những lời mà chính Thánh Linh ấy đã dạy họ.

Tôi rất nghi ngờ chuyện lý do tại sao ý niệm "soi dẫn bằng lời" ngày nay lại không được yêu thích, ấy là vì mọi người hiểu sai về nó. Hậu quả là, điều mà họ đang phản đối không phải là ý nghĩa đúng đắn của nó, mà là một sự châm biến về nó. Vì thế, hãy để tôi thử nói rõ khái niệm của một số tư tưởng sai lầm chính yếu. Đầu tiên, "soi dẫn bằng lời" không có nghĩa là "từng chữ trong Kinh thánh đều đúng theo nghĩa đen." Không, chúng ta đều nhận thức đầy đủ rằng các trước giả Kinh thánh đã sử dụng nhiều thể loại văn chương khác nhau, mỗi thể loại đều phải được giải nghĩa theo quy luật của riêng nó – lịch sử là lịch sử, thi ca là thi ca, ngụ ngôn là ngụ ngôn, vân vân. Điều được soi dẫn là nghĩa tự nhiên của từ, theo ý định của tác giả, dù đó là nghĩa đen hay nghĩa bóng.

Thứ nhì, "soi dẫn bằng lời" không có nghĩa là đọc chép. Người Hồi giáo tin rằng thánh A-la đọc kinh Cô-ran cho tiên tri Mô-ha-mét, từng chữ một, bằng tiếng A-rập. Cơ Đốc nhân không tin như vậy về Kinh thánh bởi vì, như chúng ta đã thấy và tôi sẽ nhấn mạnh thêm ở phần sau, Đức Thánh Linh xem các trước giả Kinh thánh là con người, không phải là cái máy. Với một vài ngoài lệ nhỏ, họ dường như sở hữu trọn vẹn năng lực trí óc khi Đức Thánh Linh đang truyền đạt Lời Ngài thông qua lời lẽ của họ.

Thứ ba, "soi dẫn bằng lời" không có nghĩa là mỗi câu trong Kinh thánh đều là Lời Chúa nói, ngay cả khi tách biệt với bối cảnh của nó. Vì không phải mọi điều chứa trong Kinh thánh đều được Kinh thánh xác nhận. Một ví dụ hay là những bài diễn thuyết dài của những người được gọi là "người an ủi" Gióp. Ý chính của họ được lặp lại hết lần này đến lần khác – đó là Đức Chúa Trời đang hình phạt Gióp vì tội lỗi của ông – là sai. Trong chương cuối cùng, Đức Chúa Trời nói với họ hai lần: "Các con không nói đúng đắn về Ta" (42:7-8). Vì thế, lời của họ không được xem là lời của Đức Chúa Trời. Chúng được đưa vào để phủ nhận, chứ không phải để phê chuẩn. Lời được soi dẫn của Đức Chúa Trời là lời được xác nhận là sự chỉ dẫn, điều răn hay lời hứa.

"Soi dẫn bằng lời" có nghĩa là điều Thánh Linh đã phán và vẫn tiếp tục phán thông qua trước giả con người, được hiểu theo nghĩa rõ ràng, tự nhiên của những từ được sử dụng, là thật và không có sai sót nào. Chúng ta không cần phải xấu hổ gì cả về tín lý Cơ Đốc này, cũng không cần phải ngại hay sợ nó. Không, tín lý này rất hợp lý, bởi vì từ ngữ là những đơn vị tạo nên câu nói. Từ ngữ là những khối vật liệu xây dựng nên lời nói. Vì thế, không thể nào tạo ra một sứ điệp chuẩn xác nếu không xây dựng những câu nói chuẩn xác được tạo ra từ những từ ngữ chuẩn xác.

Chúng ta hãy tưởng tượng chúng ta chỉ có thể sử dụng một vài lời, như trong một tin nhắn chẳng hạn. Chúng ta muốn gửi một tin nhắn không phải chỉ để được hiểu, mà nó còn phải không bị hiểu nhầm. Vì thế, chúng ta sẽ soạn thảo tin nhắn ấy một cách cẩn thận. Chúng ta sẽ xóa một từ ở đây, chúng ta sẽ thêm một từ ở kia, cho tới khi chúng ta đã trau chuốt tin nhắn của mình đến mức chúng ta thấy hài lòng. Lời nói, hay từ ngữ, là điều quan trọng. Người nào muốn truyền đạt một thông điệp để người khác hiểu và không bị hiểu sai đều biết tầm quan trọng của từ ngữ. Diễn giả nào chịu khó chuẩn bị bài giảng của mình cũng sẽ chọn lựa ngôn từ một cách cẩn thận. Mỗi tác giả, dù đó là tác giả của những lá thư hay của những bài báo hay của những cuốn sách, đều biết rằng từ ngữ là quan trọng. Hãy lắng nghe điều Charles Kingsley nói vào giữa thế kỷ mười chín: "Nếu không có ngôn từ, chúng ta sẽ không thể hiểu được tấm lòng và suy nghĩ của nhau, chẳng khác nào chó sẽ không thể hiểu được bạn chó khác bởi vì, bạn thử xem, bạn luôn nghĩ về mình bằng ngôn từ... không có ngôn từ thì mọi suy nghĩ của chúng ta sẽ chỉ là những mong đợi, những cảm xúc không rõ ràng đơn thuần mà chúng ta không thể nào hiểu được chính mình". Vì thế, chúng ta phải mặc lấy những suy nghĩ của mình bằng ngôn từ.

Vì thế, đây là lời tuyên bố của một sứ đồ, rằng chính Thánh Linh đó của Đức Chúa Trời, Đấng dò thấu chiều sâu của Đức Chúa Trời và khải thị những gì mình dò tìm được cho các sứ đồ, tiếp tục truyền đạt chúng thông qua các sứ đồ bằng ngôn từ mà Ngài đã cung cấp cho họ. Ngài phán lời của Ngài thông qua lời của họ, để rồi chúng vừa là lời của Đức Chúa trời vừa là lời của con người. Đây là quyền tác giả kép của Kinh thánh, mà tôi đã đề cập ở phần trước. Đó cũng chính là nghĩa của từ 'soi dẫn'. Sự soi dẫn của Kinh thánh không phải là một tiến trình máy móc. Nó mang tính cá nhân cao vì nó bao hàm một thân vị (Đức Thánh Linh) phán thông qua những con người (các tiên tri và sứ đồ) theo cách mà lời của Ngài là lời của họ, và lời của họ là lời của Ngài.

## 3.4 Thánh Linh soi sáng

Bây giờ chúng ta đến chặng thứ tư trong công tác của Đức Thánh Linh với vai trò tác nhân cho sự khải thị, và trong phần này, tôi sẽ mô tả Ngài là Thánh Linh "soi sáng". Để tôi giải thích.

Chúng ta nghĩ gì về những người được nghe các sứ đồ giảng dạy rồi sau này đọc được các lá thư của các sứ đồ đó? Họ có phải tự mình xoay xở để hiểu được ý nghĩa của chúng không? Họ có bị buộc phải nỗ lực hết sức để có thể hiểu được thông điệp của các sứ đồ không? Không. Chính Đức Thánh Linh hành động trong những người viết các bức thư ấy là Thánh Linh tích cực hành động trong những người đọc những bức thư ấy. Vì thế, Đức Thánh Linh hành động ở cả hai phía, soi dẫn các sứ đồ và soi sáng cho người nghe. Điều này đã được ngụ ý ở cuối câu 13, một cụm từ phức tạp trước giờ đã được giải thích theo nhiều cách khác nhau. Tôi coi bản dịch RSV là chính xác, tức là Đức Thánh Linh "đang giải nghĩa những lẽ thật thuộc linh cho những ai sở hữu Thánh Linh". Việc sở hữu Thánh Linh không giới hạn cho các trước giả Kinh thánh mà thôi. Rõ ràng, công tác soi dẫn của Ngài trong họ là độc nhất, nhưng ở đây ông còn nói thêm về công tác giải nghĩa của Thánh Linh.

> Chính Đức Thánh Linh hành động trong những người viết các bức thư ấy là Thánh Linh tích cực hành động trong những người đọc những bức thư ấy.

Câu 14 và 15 nói thêm về lẽ thật này và hai câu đó đối lập hoàn toàn với nhau. Câu 14 bắt đầu bằng cách nói về "người không có Thánh Linh" (hay "người thiên nhiên", Bản AV), nghĩa là người chưa được tái sinh, người chưa phải là Cơ Đốc nhân. Tuy nhiên, câu 15 bắt đầu với phần nói về "người có Thánh Linh", người sở hữu Thánh Linh. Vì thế, Phao-lô chia nhân loại ra làm hai dạng rõ ràng: "người thiên nhiên" và "người thuộc linh", nghĩa là người sở hữu sự sống tự nhiên, sự sống động vật hay sự sống thuộc thể, và những người đã nhận được sự sống thuộc linh hay sự sống đời đời. Loại người thứ nhất này thiếu Thánh Linh bởi vì họ chưa bao giờ được tái sinh, nhưng Đức Thánh Linh sống trong những người mà Ngài đã tái sinh. Sự cư ngụ bên trong của Đức Thánh Linh thật ra là dấu phân biệt Cơ Đốc nhân thật (Rô 3:9).

Có hay không có Thánh Linh thì có khác biệt gì? Đủ mọi khác biệt trên đời này! Đặc biệt trong việc chúng ta hiểu biết chân lý thuộc linh. Người không thuộc linh hay người chưa được tái sinh, người chưa nhận được Thánh Linh không nhận được những điều thuộc về Thánh Linh, bởi vì họ rồ dại đối với Ngài (câu 14). Người ấy không chỉ không hiểu được chúng, mà người ấy còn không có khả năng hiểu được bởi vì đó là những điều chỉ có thể "được nhận biết thông qua Thánh Linh". Mặt khác, người thiêng liêng, Cơ Đốc nhân được tái sinh mà Đức Thánh Linh cư trú, "xét đoán mọi sự". Dĩ nhiên, điều đó không có nghĩa là người ấy trở nên toàn tri giống như Đức Chúa Trời, nhưng có nghĩa là tất cả những điều mà trước đây người ấy mù lòa không thấy và những điều mà Đức Chúa Trời đã khải thị trong Kinh thánh, bắt đầu trở nên hợp lý đối với người ấy. Người ấy hiểu điều mà trước đây người ấy chưa từng hiểu, mặc dù tự thân người ấy không thật sự hiểu được. Theo nghĩa đen, người ấy "không chỉ ở dưới sự xét đoán của con người." Người ấy vẫn là một bí ẩn, bởi vì người ấy có một bí mật thuộc linh và chân lý bên trong, là điều không thể hiểu được đối với người chưa tin. Tuy nhiên, điều này không có gì ngạc nhiên cả vì không ai biết được tâm trí của Chúa, cũng không ai có thể chỉ dạy cho Ngài. Bởi vì họ không thể hiểu tâm trí của Đấng Christ, nên họ không thể hiểu tâm trí của cả chúng ta, mặc dù những người được Thánh Linh soi sáng chúng ta có thể nói rằng "chúng ta có tâm trí của Đấng Christ" (câu 16) – một lời xác nhận thật đáng kinh ngạc.

Đây có phải là kinh nghiệm của bạn không? Kinh thánh đã trở thành một cuốn sách mới đối với bạn chưa? Sau khi tin Chúa, William Grimshaw, một trong những lãnh đạo Tin lành vĩ đại của thế kỷ mười tám, nói với một người bạn sau khi ông cải đạo, rằng "nếu lúc trước Đức Chúa Trời thu Kinh thánh của ông về trời rồi lại gửi xuống cho ông một quyển khác, thì quyển Kinh thánh ấy cũng không hề mới hơn đối với ông". Đó là một cuốn sách khác. Tôi có thể nói y như thế về chính mình. Trước khi cải đạo, tôi đọc Kinh thánh mỗi ngày, bởi vì khi nuôi dạy tôi mẹ tôi đã làm thế, nhưng Kinh thánh giống như một thứ ngoại ngữ đối với tôi. Tôi đã không có một ý niệm nhỏ xíu nào về việc Kinh thánh nói về điều gì. Nhưng khi tôi được tái sinh và Thánh Linh đến sống trong tôi, Kinh thánh ngay lập tức trở thành một quyển sách mới đối với tôi. Dĩ nhiên, tôi không tuyên bố rằng tôi hiểu mọi thứ. Còn lâu tôi mới hiểu được mọi thứ. Nhưng tôi bắt đầu hiểu điều mà trước đây tôi chưa bao giờ hiểu. Đây quả là một kinh nghiệm tuyệt vời! Đừng nghĩ Kinh thánh như một bộ sưu tập những tư liệu cũ kỹ bụi mù mà chỗ thật sự của nó là trong thư viện. Đừng nghĩ về những trang Kinh thánh như thể chúng là những hóa thạch nơi mà chỗ thật sự dành cho chúng là phía sau tấm kính trong viện bảo tàng. Không, ngày nay Đức Chúa Trời phán thông qua những gì Ngài đã phán. Thông qua bản văn Kinh thánh cổ, ngày hôm nay Đức Thánh Linh có thể truyền thông với chúng ta một cách tươi mới, cá nhân và đầy năng quyền. "Ai có tai, hãy nghe lời Thánh Linh phán" (động từ ở thì hiện tại tiếp diễn, "đang phán") thông qua Kinh thánh đến với các hội thánh (Khải 2:7).

> Đức Chúa Trời phán thông qua những gì Ngài đã phán.

Ngày nay, nếu Đức Thánh Linh phán với chúng ta thông qua Kinh thánh, thì có lẽ anh sẽ hỏi: tại sao chúng ta lại không đồng ý với nhau về mọi thứ? Nếu Thánh Linh là người giải nghĩa cũng như là tác nhân cho sự khải thị của Đức Chúa Trời, thì tạo sao Ngài không dẫn chúng ta đến chỗ có cùng một tâm trí, một suy nghĩ giống nhau? Câu trả lời của tôi cho những câu hỏi này có lẽ sẽ làm bạn ngạc nhiên. Đó là Ngài thật sự có làm cho chúng ta đồng ý với nhau nhiều hơn là bất đồng, rằng thậm chí chúng ta sẽ còn đồng ý với nhau nhiều hơn nữa nếu chúng ta làm trọn bốn điều kiện sau.

Thứ nhất, *chúng ta phải chấp nhận thẩm quyền tối thượng của Kinh thánh*, và chân thành khao khát thuận phục thẩm quyền ấy. Giữa vòng những người làm như vậy đã có rất nhiều sự đồng thuận. Những khác biệt lớn và đau lòng vẫn còn, chẳng hạn như giữa Công giáo La Mã và các hội thánh Tin lành, chủ yếu là do việc Giáo hội ấy vẫn không sẵn lòng tuyên bố rằng Kinh thánh có thẩm quyền tối thượng trên cả truyền thống của hội thánh. Lập trường chính thức của Công giáo (đã được Công Đồng Vatican hiệu chỉnh nhưng trên thực tế vẫn không thay đổi) là "cả Truyền thốngThánh và Kinh thánh đều phải được công nhận và tôn kính với cùng một tinh thần tận hiến và tôn kính." Người Tin lành không phủ nhận tầm quan trọng của truyền thống, và một số người trong chúng ta nên tôn trọng truyền thống đó hơn, bởi vì Đức Thánh Linh đã dạy dỗ những thế hệ Cơ Đốc nhân đã qua và không bắt đầu sự chỉ dẫn của Ngài chỉ với chúng ta mà thôi! Tuy nhiên, khi Kinh thánh và truyền thống xung đột với nhau, thì chúng ta phải để Kinh thánh cải chính truyền thống, như Chúa Giê-xu từng kiên quyết giữ lập trường với "truyền thống của người xưa" (xem Mác 7:1-13).

Thứ nhì, *chúng ta phải nhớ rằng mục đích quan trọng hơn cả của Kinh thánh là để làm chứng rằng Đấng Christ là Đấng Cứu Thế toàn vẹn của tội nhân*. Khi những nhà Cải chính của thế kỷ mười sáu nhấn mạnh sự rõ ràng của Kinh thánh và dịch Kinh thánh để những người bình thường có thể được tự đọc Kinh thánh cho chính mình, họ đang nói về phương cách cứu rỗi. Họ không phủ nhận rằng Kinh thánh chứa đựng "một vài điều khó hiểu" (như Phi-e-rơ đã nói về các thư tín của Phao-lô, 2 Phi 3:16), nhưng họ sốt sắng xác nhận rằng những lẽ thật thiết yếu của sự cứu rỗi là rõ ràng để tất cả mọi người đều có thể hiểu được.

Thứ ba, *chúng ta phải áp dụng những nguyên tắc giải nghĩa đúng đắn*. Dĩ nhiên chuyện bẻ cong Kinh thánh theo bất cứ nghĩa nào chúng ta thích hoàn toàn là điều có thể xảy ra. Nhưng việc của chúng ta là giải nghĩa Kinh thánh, không phải bóp méo Kinh thánh. Trên tất cả, chúng ta phải tìm kiếm cả nghĩa ban đầu theo ý định của tác giả lẫn nghĩa tự nhiên, có thể là nghĩa đen hoặc nghĩa bóng, một lần nữa cũng theo ý định của tác giả. Đây lần lượt là nguyên tắc lịch sử và nguyên tắc về tính đơn giản. Khi chúng được áp dụng với sự chân thành và chính xác, thì Kinh thánh kiểm soát chúng ta chứ không phải chúng ta kiểm soát Kinh thánh. Kết quả là, lĩnh vực mà Cơ Đốc nhân thống nhất với nhau sẽ càng tăng.

Thứ tư, *chúng ta phải đến với bản văn Kinh thánh với nhận thức về định kiến văn hóa của mình* và với sự sẵn lòng để chúng bị thách thức và được thay đổi. Nếu chúng ta đến với Kinh thánh với tiền giả định cao ngạo rằng tất cả những tín lý và những cách thực hành mà chúng ta thừa hưởng đều là đúng, thì dĩ nhiên chúng ta sẽ chỉ tìm thấy trong Kinh thánh những gì chúng ta muốn tìm thấy, tức là thoải mái xác nhận các nguyên trạng. Kết quả là, chúng ta cũng sẽ thấy mình bất đồng gay gắt với những người đến với Kinh thánh từ những bối cảnh khác và với những xác tín khác và thấy chúng được xác nhận. Có lẽ không có một nguồn bất hòa nào thông dụng hơn thế. Chỉ khi chúng ta can đảm và khiêm nhường đủ để cho phép Thánh Linh của Đức Chúa Trời thông qua Lời Ngài thẩm định một cách triệt để những quan điểm mà chúng ta trân quý nhất, thì khi đó chúng ta mới có thể tìm được sự hiệp nhất mới mẻ thông qua sự hiểu biết mới mẻ.

"Khả năng đánh giá cách thuộc linh" mà Thánh Linh hứa không được ban cho mà không đếm xỉa gì đến bốn điều kiện chung này, nó mặc định rằng chúng phải được chấp nhận và làm trọn.

## 3.5 Kết luận

Chúng ta đã xem xét Đức Thánh Linh trong bốn vai trò, trong tư cách Thánh Linh dò xét (hay thấu suốt), Thánh Linh khải thị, Thánh Linh soi dẫn và Thánh Linh soi sáng. Đây là bốn giai đoạn trong chức vụ dạy dỗ của Ngài:

- Đầu tiên, Ngài dò xét những bề sâu của Đức Chúa Trời và biết những suy nghĩ của Đức Chúa Trời.
- Thứ hai, Ngài khải thị những gì Ngài dò xét được cho các sứ đồ.
- Thứ ba, thông qua các sứ đồ, Ngài truyền đạt những gì Ngài đã khải thị cho họ, và truyền đạt như thế bằng ngôn từ mà chính Ngài đã cung cấp.
- Thứ tư, Ngài soi sáng tâm trí của người nghe, để rồi họ có thể phân biệt được điều Ngài đã khải thị cho và thông qua các sứ đồ, và ngày nay Ngài tiếp tục công tác soi dẫn này trong những người sẵn lòng tiếp nhận nó.

Có hai bài học rất đơn giản và ngắn trước khi chúng ta khép lại phần này. Bài học thứ nhất liên quan đến *quan điểm của chúng ta về Đức Thánh Linh*. Ngày nay, người ta thảo luận rất nhiều về thân vị và công tác của Đức Thánh Linh, và đây chỉ là một trong nhiều phân đoạn trong Kinh thánh nói về Ngài. Nhưng xin phép cho tôi được hỏi bạn: Có chỗ nào trong giáo lý về Thánh Linh của bạn dành cho phân đoạn Kinh thánh này không? Chúa Giê-xu gọi Ngài là "Thần Lẽ Thật" (hay "Thánh Linh của lẽ thật"). Vì thế, lẽ thật rất quan trọng đối với Đức Thánh Linh. Tôi biết, Ngài cũng là Thánh Linh của sự thánh khiết, và Thánh Linh của tình yêu, Thánh Linh năng quyền, nhưng đối với bạn, Ngài có phải là Thần Lẽ Thật không? Theo những câu mà chúng ta đã nghiên cứu, Ngài rất quan tâm đến lẽ thật. Ngài dò tìm lẽ thật, Ngài đã khải thị và truyền đạt lẽ thật và soi sáng tâm trí của chúng ta để có thể nắm được lẽ thật. Bạn thân mến, đừng bao giờ xem nhẹ lẽ thật! Đừng bao giờ khinh bỉ thần học! Đừng bao giờ xem nhẹ tâm trí của bạn! Nếu làm thế, bạn đã làm buồn Thần Lẽ Thật. Phân đoạn này cần tác động đến quan điểm về Đức Thánh Linh của chúng ta.

> Chúng ta cần Đức Thánh Linh, Thần Lẽ Thật, soi sáng tâm trí chúng ta.

Thứ hai, *nhu cầu cần Thánh Linh*. Bạn có muốn hiểu biết Đức Chúa Trời hơn không? Dĩ nhiên bạn muốn. Bạn có muốn hiểu biết sự khôn ngoan của Đức Chúa Trời và toàn bộ mục tiêu biến chúng ta một ngày nào đó giống như Đấng Christ trong sự vinh hiển hơn không? Dĩ nhiên bạn muốn. Tôi cũng thế. Vậy thì chúng ta cần Đức Thánh Linh, Thần Lẽ Thật, soi sáng tâm trí chúng ta. Để được như thế, chúng ta cần phải được tái sinh. Đôi lúc tôi tự hỏi liệu có phải lý do một số thần học gia thế tục ngày nay nói và viết ra những thứ rác rưởi như thế (tôi đang nói đến việc họ phủ nhận tính chất có thân vị của Đức Chúa Trời và thần tính của Chúa Giê-xu, chẳng hạn) có phải là họ chưa bao giờ được tái sinh không. Đã làm nhà thần học mà vẫn chưa được tái sinh là chuyện có thể xảy ra. Đó có phải là lý do vì sao họ không nhận biết những lẽ thật tuyệt vời này của Kinh thánh chăng? Kinh thánh được nhận thức một cách thuộc linh. Vì thế, chúng ta cần phải đến với Kinh thánh một cách khiêm nhường, tôn trọng, với tinh thần trông đợi. Chúng ta cần nhận thức rằng các lẽ thật được khải thị trong Kinh thánh vẫn khóa chặt và niêm phong cho đến khi Đức Thánh Linh mở chúng ra cho chúng ta và mở tâm trí của chúng ta ra trước chúng. Vì Đức Chúa Trời giấu các lẽ thật ấy khỏi những người khôn ngoan, kẻ sáng dạ mà khải thị chúng cho "con trẻ", những người khiêm nhu và kính sợ khi đến gần Ngài. Vì thế, trước khi các diễn giả chúng ta chuẩn bị, trước khi hội chúng nghe giảng, trước khi một cá nhân hay một nhóm người bắt đầu đọc Kinh thánh – trong những tình huống này, chúng ta phải cầu nguyện xin Thánh Linh soi sáng: "Xin Chúa mở mắt con để con thấy sự diệu kỳ trong luật pháp của Chúa" (Thi 119:18). Thì Ngài sẽ soi sáng.

# 4
# Hội Thánh Và Kinh Thánh

Đến thời điểm này, chúng ta đã học về Ba Ngôi. Chúng ta đã thấy rằng *Đức Chúa Trời* là tác giả, *Đấng Christ* vừa là chủ đề chính vừa là nhân chứng xác nhận và *Đức Thánh Linh* là tác nhân của tiến trình khải thị quan trọng. Bây giờ chúng ta đến phần hội thánh.

Bạn nghĩ gì về hội thánh? Câu trả lời của bạn có lẽ sẽ lệ thuộc vào việc liệu bạn có đang nghĩ về mặt lý tưởng hay thực tế. Về mặt lý tưởng, hội thánh là tạo vật mới tuyệt vời nhất của Đức Chúa Trời. Hội thánh là cộng đồng mới của Chúa Giê-xu, vui hưởng sự hòa hợp đa chủng tộc, đa quốc tịch và đa văn hóa, vốn là điều độc nhất trong lịch sử và trong xã hội hiện thời. Hội thánh thậm chí còn là 'nhân loại mới", tiền nhân của nhân loại được chuộc và được phục hồi. Đó là một dân tộc dành cả cuộc đời trên đất của mình (như họ cũng sẽ dành cả cõi đời đời) để phục vụ Đức Chúa Trời và người khác trong tinh thần yêu thương. Thật là một lý tưởng cao quý và đẹp đẽ! Tuy nhiên, trong thực tế, hội thánh là chúng ta (nếu bạn bỏ qua cho lỗi ngữ pháp ở đây) – một tập hợp những Cơ Đốc nhân tội lỗi, sai lầm, ầm ĩ, dại dột và nông cạn, những người thường xuyên thiếu hụt so với lý tưởng của Đức Chúa Trời, ngay cả gần với lý tưởng ấy cũng không được nữa.

Đâu là nguyên nhân cho khoảng cách giữa lý tưởng và thực tế này? Tại sao hội thánh trên toàn thế giới ngày nay lại ở trong tình trạng tồi tệ thế này - yếu ớt, vụn vỡ và ít ảnh hưởng cho Đấng Christ trong thế giới này? Tôi chắc rằng có nhiều lý do, nhưng tôi tin rằng lý do lấn át đó là điều mà A-mốt gọi là "cơn đói kém... được nghe lời của Đức Giê-hô-va" (A-mốt 8:11), hay theo cách nói hiện đại là, một sự xao lãng đối với Kinh thánh. Sự không trung tín nhiều mặt của hội thánh là do sự không trung tín lấn át của nó đối với sự tự khải thị của Đức Chúa

Trời qua Kinh thánh. Tiến sĩ Martyn Lloyd-Jones đã đúng khi ông viết trong quyển sách của mình, *Chuyện giảng và người giảng*, rằng "những kỷ nguyên và giai đoạn suy đồi trong lịch sử hội thánh luôn là những kỷ nguyên và giai đoạn mà việc giảng dạy trở nên sa sút." Nói cách khác, hội thánh sẽ bệnh tật và yếu kém mỗi khi hội thánh từ chối thứ thuốc chữa lành và dưỡng chất đầy đủ của Lời Chúa.

Bây giờ chúng ta sẽ xem xét hai câu Kinh thánh, cả hai đều sử dụng ẩn dụ liên quan đến kiến trúc.

Trong Ê-phê-sô 2:20, hội thánh, trước giờ vẫn được định nghĩa là "nhà" hay gia đình của Đức Chúa Trời (câu 19), cũng được mô tả là "anh em được xây dựng trên nền của các sứ đồ và các nhà tiên tri mà chính Đấng Christ Jêsus là đá góc nhà." Nghĩa là, sự dạy dỗ của các trước giả Kinh thánh là cái nền mà hội thánh được xây dựng lên đó, vì Chúa Giê-xu Christ là đá góc nhà giữ căn nhà ấy lại với nhau.

Trong 1 Ti-mô-thê 3:15, ẩn dụ này vẫn được giữ. Một lần nữa gọi hội thánh là "nhà của Đức Chúa Trời", bây giờ Phao-lô tiếp tục gọi hội thánh là "rường và cột của chân lý."

Bạn thấy trong phân đoạn đầu tiên, *chân lý* là cái nền còn *hội thánh* là tòa nhà mà cái nền ấy chống đỡ, trong khi trong câu Kinh thánh thứ hai này, *hội thánh* là cái nền, và *chân lý* là tòa nhà mà hội thánh chống đỡ.

"Đó, thấy chưa!" Tôi nghĩ tôi nghe ai đó đang nói. "Tôi đã nói rồi! Kinh thánh đầy mâu thuẫn." Vậy sao? Đợi chút đã! Cả hai câu Kinh thánh này đều đến từ ngòi bút của một người, sứ đồ Phao-lô. Hãy để tôi cho bạn thấy sự nhất quán chặt chẽ của ông. Chúng ta phải đặt câu hỏi ẩn dụ này đang được đưa ra ở thời điểm nào, để hiểu tác giả đang muốn nói gì thông qua biện pháp tu từ mà ông đang sử dụng. Khi chúng ta áp dụng nguyên tắc này vào hai câu Kinh thánh của mình, chúng ta thấy (như chúng ta có thể mong đợi) rằng chúng bổ sung rất tuyệt cho nhau.

Bạn hỏi, chân lý có thể là cái nền của hội thánh đồng thời hội thánh lại là cái nền của chân lý bằng cách nào? Hãy để tôi gợi ý câu trả lời. Điều mà Phao-lô đang xác nhận trong Ê-phê-sô 2:20 đó là hội thánh tồn tại lệ thuộc vào chân lý. Hội thánh dựa vào sự dạy dỗ của các sứ đồ và các tiên tri. Không có sự dạy dỗ của họ (bây giờ được ký thuật trong Kinh thánh), thì hội thánh vừa không thể nào tồn tại vừa không thể nào sống còn, nói gì đến chuyện phát triển. Nhưng theo 1 Ti-mô-thê 3:15, chân lý lệ thuộc vào sự bảo vệ và rao truyền của hội thánh. Hội thánh được kêu gọi để phục vụ chân lý bằng giữ lấy chân lý trước sự tấn công, và bằng cách nâng chân lý ấy lên cao trước mắt thế gian. Vì thế, *hội thánh cần Kinh thánh* bởi vì hội thánh được xây trên Kinh thánh. Và *hội thánh phục vụ Kinh thánh* bằng cách nắm giữ Kinh thánh và làm cho Kinh thánh được biết đến. Đây là hai chân lý bổ sung cho nhau mà chúng ta sẽ tìm hiểu thêm.

## 4.1 Hội thánh cần Kinh thánh

Có nhiều cách hội thánh lệ thuộc vào Kinh thánh. Hãy để tôi cho bạn một số ví dụ.

### a) Kinh thánh tạo nên hội thánh

Câu này có thể bị hiểu nhầm. Nó có thể bị gạt bỏ như là câu nói không đúng. Vì đúng là hội thánh thời Cựu Ước trong tư cách dân sự của Đức Chúa Trời đã tồn tại hàng thế kỷ trước khi Kinh thánh được hoàn thiện. Và hội thánh thời Tân Ước cũng tồn tại rất lâu trước khi kinh điển Tân Ước được hoàn tất, và còn lâu hơn nữa trước khi quyển Kinh thánh đầu tiên được in để xuất bản. Tuy nhiên, có thể bạn đã đúng, hội thánh thế kỷ thứ nhất "tạo" nên Kinh thánh, theo nghĩa là cộng đồng Cơ Đốc góp phần vào việc quyết định chuyện lời nói và việc làm của Chúa Giê-xu sẽ được ký thuật dưới hình thức nào. Vì thế, hội thánh là nơi mà Kinh thánh được viết ra và được trân trọng. Tôi đồng ý với tất cả những đặc điểm này. Tuy nhiên, tôi nhắc lại, ta có thể nói rằng Kinh thánh đã tạo nên hội thánh. Hay, chính xác hơn, Lời của Đức Chúa Trời (bây giờ được viết lại trong Kinh thánh) đã tạo ra hội thánh. Vậy thì hội thánh Cơ Đốc được khai sinh như thế nào? Câu trả lời: qua sự giảng dạy của các sứ đồ, những người giảng dạy không phải nhân danh hội thánh nhưng nhân danh Đấng Christ.

Vào Lễ Ngũ Tuần, sứ đồ Phi-e-rơ đưa thêm lời chứng là các tiên tri trong Cựu vào. Ông công bố rằng Chúa Giê-xu là Đấng Mê-si-a và Chúa, Đức Thánh Linh xác nhận lời của ông bằng quyền năng và người tin Chúa đã trở thành Thân Thể được đầy dẫy Đức Thánh Linh của Đấng Christ. Chính Đức Chúa Trời đã thực hiện công tác sáng tạo này bằng Thánh Linh thông qua Lời Ngài. Tuy nhiên, ông tiếp tục tôn trọng sự dạy dỗ của các sứ đồ theo cùng một cách như vậy. Trong những hành trình truyền giáo nổi tiếng của mình, Phao-lô cũng làm chứng về Đấng Christ, lập luận rằng lời chứng của các nhân chứng tận mắt là các sứ đồ hòa hợp hoàn toàn với Kinh thánh Cựu Ước. Nhiều người đã nghe, ăn năn, tin và chịu báp-têm, để rồi các hội thánh được lập ra trên khắp đế quốc La Mã. Bằng cách nào? Bằng Lời của Chúa. Lời của Chúa (là lời chứng kết hợp của các tiên tri và các sứ đồ), được công bố qua quyền năng của Đức Thánh Linh, đã tạo ra hội thánh. Lời Chúa vẫn tiếp tục làm như vậy. Hội thánh được xây dựng trên cái nền đó. Khi kinh điển Tân Ước được xác định, hội thánh không ban thẩm quyền cho những tư liệu này, mà chỉ đơn giản là *công nhận* thẩm quyền mà chúng đã có. Tại sao? Bởi vì chúng "chứa đựng tính chất sứ đồ" và chứa đựng sự dạy dỗ của các sứ đồ của Chúa.

Vì những lý do đó, chúng ta có thể nói một cách đúng đắn rằng Kinh thánh (nghĩa là Lời Chúa giờ đây được viết ra trong Kinh thánh) đã và vẫn tiếp tục sản sinh ra hội thánh.

## b) **Kinh thánh duy trì hội thánh**

Đấng Tạo Hóa luôn duy trì những gì mà Ngài đã tạo ra. Vì Ngài đã tạo nên hội thánh, nên Ngài sẽ giữ hội thánh tiếp tục tồn tại. Tuy nhiên, Ngài đã tạo nên hội thánh bằng Lời của Ngài, thì Ngài cũng duy trì và nuôi dưỡng hội thánh bằng Lời của Ngài. Nếu đúng như Chúa Giê-xu đã nói khi trích dẫn Phục Truyền (Mat 4:4, xem thêm Phục 8:3) rằng con người sống "chẳng phải chỉ nhờ bánh mà thôi, nhưng cũng nhờ mọi lời nói từ miệng Đức Chúa Trời", thì điều đó cũng đúng với các hội thánh. Hội thánh không thể tăng trưởng nếu không có Lời Chúa. Hội thánh cần thường xuyên nghe Lời Chúa. Vì lý do đó, giảng dạy là trọng tâm trong sự thờ phượng chung. Giảng dạy không phải là một sự xâm phạm vào việc thờ phượng chung nhưng đúng hơn giảng dạy là điều không thể thiếu đối với sự thờ phượng vì thờ phượng Đức Chúa Trời luôn là một đáp ứng với lời của Đức Chúa Trời. Đó là lý do vì sao thật tốt khi trong các buổi lễ thờ phượng của hội thánh có một sự luân phiên qua lại giữa Lời Chúa và sự thờ phượng, chẳng hạn. Trước hết Đức Chúa Trời phán Lời Ngài (qua câu Kinh thánh, qua việc đọc và giải nghĩa), rồi sau đó mọi người đáp ứng bằng việc xưng tội, đọc bài tín điều, ngợi khen và cầu nguyện. Hội chúng Cơ Đốc chỉ trưởng thành trong Chúa Giê-xu Christ khi họ nghe, tiếp nhận, tin và đắm mình trong Lời Chúa cũng như vâng phục Lời ấy.

> Giảng dạy không phải là một sự xâm phạm vào việc thờ phượng chung nhưng đúng hơn giảng dạy là điều không thể thiếu đối với sự thờ phượng vì thờ phượng Đức Chúa Trời luôn là một đáp ứng với lời của Đức Chúa Trời.

### c) Kinh thánh hướng dẫn hội thánh

Cơ Đốc nhân là những lữ khách trên đường về nhà đời đời. Họ đang đi qua mảnh đất cằn cỗi, không có lối đi, thù địch và tăm tối. Họ cần sự hướng dẫn để biết đường phải đi, và Đức Chúa Trời đã cung cấp đường đi. "Lời Chúa là ngọn đèn cho chân con, ánh sáng cho đường lối con" (Thi Thiên 119:105). Dĩ nhiên, tôi đồng ý rằng "giải kinh" (công tác giải nghĩa Kinh thánh) là công tác khó. Kinh thánh không cho chúng ta những câu hỏi hấp dẫn cho những vấn đề phức tạp của thế kỷ hai mươi mốt. Chúng ta phải vật lộn với bản văn, với cả ý nghĩa lẫn việc áp dụng bản văn ấy, và phải làm như thế bằng sự cầu nguyện, nghiên cứu và thông công với nhau. Tuy nhiên, các nguyên tắc chúng ta cần để hướng dẫn chúng ta thì đã có trong Kinh thánh và cùng nhau, chúng ta có thể khám khá cách để áp dụng chúng vào trong cuộc sống của chúng ta trong thế giới ngày nay, thông qua sự soi sáng của Thánh Linh.

#### d) Kinh thánh cải cách hội thánh

Tôi rất lấy làm tiếc phải nói rằng, ở mỗi thế kỷ, trong đó có cả thế kỷ của chúng ta, hội thánh ở một mức độ nào đó đều trệch khỏi lẽ thật của Đức Chúa Trời và khỏi những tiêu chuẩn đạo đức của Ngài. Là một cựu chuyên gia về truyền giáo, Max Warren đã viết: lịch sử hội thánh là "câu chuyện ngọt ngào cay đắng" trong đó sự thật đáng chú ý nhất đó là sự kiên nhẫn vô hạn của Đức Chúa Trời đối với những người thuộc về Ngài. Nếu hội thánh thường lệch lạc, thì làm sao có thể cải cách nó cho được? Câu trả lời: chỉ bởi Lời của Đức Chúa Trời. Cuộc phục hưng hội thánh vĩ đại nhất từng xảy ra trong lịch sử của thế giới là cuộc Cải Chính ở thế kỷ mười sáu, và trên hết mọi lý do, ấy là nhờ sự phục hồi của Kinh thánh.

#### e) Kinh thánh hiệp nhất hội thánh

Lương tâm của mỗi Cơ Đốc nhân đều cần phải bồn chồn không yên bởi sự thiếu hiệp nhất của hội thánh. Tôi hy vọng rằng chúng ta không trở nên quen thuộc với nó. Sự hiệp nhất có thể thấy được của hội thánh chắc chắn là một mục tiêu đúng đắn cho nỗ lực của Cơ Đốc nhân (mặc dù có thể không phải tất cả chúng ta đều đồng ý với nhau hình hài chính xác của sự hiệp nhất ấy là gì). Vậy, nguyên nhân căn bản cho sự thiếu hiệp nhất không ngừng của chúng ta là gì? Đó là bởi thiếu một *thẩm quyền* thống nhất. Chừng nào hội thánh còn đi theo những truyền thống và sự phỏng đoán của riêng mình, thì chừng đó hội thánh toàn cầu còn tiếp tục tách ra từng mảnh. Tuy nhiên, một khi các hội thánh xưng nhận thẩm quyền tối thượng của Kinh thánh, tính chất đầy đủ cho sự cứu rỗi của Kinh thánh và quyết tâm đánh giá các truyền thống của mình bằng sự dạy dỗ của Kinh thánh, thì ngay lập tức con đường để họ tìm được sự hiệp nhất trong lẽ thật được mở ra. Kinh thánh hiệp nhất hội thánh khi hội thánh thuận phục Kinh thánh.

### f) Kinh thánh phục hưng hội thánh

Chúng ta trông đợi sự phục hưng, trông đợi sự viếng thăm đặc biệt, lạ thường và siêu nhiên của Đức Chúa Trời, là điều làm cho cả cộng đồng ý thức được sự hiện diện sống động và thánh khiết của Ngài. Tội nhân được cáo trách, người ăn năn quy đạo, người lầm lạc được phục hồi, kẻ thù được hòa giải, người tin được biến cải và các hội thánh chết mất được hồi sinh. Nhưng phục hưng xảy ra bằng cách nào? Qua công tác tể trị của Thánh Linh Đức Chúa Trời. Nhưng Đức Thánh Linh sử dụng phương tiện nào? Ngài sử dụng Lời Ngài. Lời Đức Chúa Trời là "gươm Thánh Linh" (Êph 6:17; xem thêm Hê 4:12) mà Ngài sử dụng khi Ngài hành động trong thế giới. Đừng bao giờ phân rẽ Thánh Linh của Đức Chúa Trời ra khỏi Lời Đức Chúa Trời, bởi vì khi Đức Thánh Linh sử dụng vũ khí này trong quyền tể trị của mình, Ngài làm cắn rứt lương tâm, cắt bỏ những sự phát triển của khối u ra khỏi thân thể của Đấng Christ và buộc ma quỷ phải tháo chạy. Chính Kinh thánh phục hưng hội thánh.

Bạn có tin như vậy không? Tôi hy vọng là có. *Hội thánh cần Kinh thánh.* Hội thánh lệ thuộc vào Kinh thánh. Hội thánh được xây dựng trên nền móng là các tiên tri và các sứ đồ. Kinh thánh tuyệt đối cần thiết cho đời sống, sự phát triển và lớn lên, hướng đi, việc cải chính, sự hiệp nhất và phục hưng của hội thánh. Hội thánh không thể tồn tại nếu không có Kinh thánh.

> Tội nhân được cáo trách, người ăn năn quy đạo, người lầm lạc được phục hồi, kẻ thù được hòa giải, người tin được biến cải và các hội thánh chết mất được hồi sinh.

Điều này dẫn tới lẽ thật thứ hai, mang tính bổ sung: nếu hội thánh cần Kinh thánh, thì Kinh thánh cũng cần hội thánh. Nếu hội thánh lệ thuộc vào Kinh thánh, thì Kinh thánh cũng lệ thuộc vào hội thánh. Bởi vì hội thánh được kêu gọi để phục vụ Kinh thánh bằng cách bảo vệ và lan truyền sứ điệp của Kinh thánh.

## 4.2 Hội thánh phục vụ Kinh thánh

> Kinh thánh tuyệt đối cần thiết cho đời sống, sự phát triển và lớn lên, hướng đi, việc cải chính, sự hiệp nhất và phục hưng của hội thánh. Hội thánh không thể tồn tại nếu không có Kinh thánh.

Mặc dù Đức Chúa Trời đã phán Lời của Ngài thông qua các tiên tri và các sứ giả, nhưng nó phải được tiếp nhận và viết xuống. Ngày nay, Lời Chúa vẫn cần phải được dịch, được in, được xuất bản, được phân phối, được giảng dạy, được bảo vệ, được phổ biến, được phát trên truyền hình và được soạn thành vở kịch. Hội thánh đang phục vụ Kinh thánh theo những cách này và các cách khác nữa, bảo vệ Kinh thánh và làm cho Kinh thánh được biết đến.

Điều này giải thích tại sao Phao-lô viết trong 1 Ti-mô-thê 3:15 rằng hội thánh là "cột trụ và nền của lẽ thật". Hai từ ông sử dụng là để dạy dỗ. Hội thánh một mặt là nền (hay điểm tựa) của chân lý, mặt khác hội thánh là trụ cột của chân lý. Nền và điểm tựa giữ cho một căn nhà được vững; trụ giữ cho ngôi nhà được cao; chống đỡ cho nó đứng cao lên để mọi người nhìn thấy. Điều này vừa gợi lên nhiệm vụ biện giáo vừa gợi lên nhiệm vụ truyền giảng của hội thánh. Vì, là nền hay điểm tựa của chân lý, hội thánh phải giữ cho chân lý vững vàng và bảo vệ chân lý chống lại các dị giáo, để rồi chân lý ấy vẫn vững vàng và bất di bất dịch. Nhưng, trong tư cách là trụ cột của chân lý, hội thánh phải giữ nó đứng cao lên, làm cho nó trở nên có thể nhìn thấy được đối với thế gian, để rồi người ta thấy nó và tin. Vì thế, Kinh thánh cần hội thánh *bảo vệ* và *lan truyền*.

Có một nhu cầu cấp thiết đối với cả hai trách nhiệm đó. Một mặt, dị giáo đang có được chỗ đứng của nó trong hội thánh. Có những giáo sư giả phủ nhận đức tính yêu thương và vô hạn của Đức Chúa Trời Toàn Năng, những người khác lại phủ nhận thần tính của Chúa Giê-xu Christ cũng như thẩm quyền của Kinh thánh. Có vẻ người theo dị giáo ngày càng tăng lên và đang lan truyền những ý tưởng nguy hại bằng sách báo và các bài giảng, qua phát thanh và truyền hình. Vì thế, lẽ thật cần những điểm tựa – các học giả Cơ Đốc cống hiến cuộc đời mình cho điều mà Phao-lô gọi là "bênh vực và biện minh cho Tin Lành" (Phi 1:7). Phải chăng Đức Chúa Trời đang kêu gọi một học giả trẻ nào đó, là người đang đọc những lời này, làm điểm tựa cho chân lý trong hội thánh, để giữ cho chân lý ấy vững vàng, để bảo vệ nó chống lại dị giáo và sự hiểu sai không? Thật là một sự kêu gọi tuyệt vời! Hội thánh phải bảo vệ và chứng minh cho chân lý.

Đồng thời, hội thánh được kêu gọi rao giảng Phúc Âm ra khắp thế giới. Có hàng triệu người trên thế giới chưa bao giờ nghe về Chúa Giê-xu, và có nhiều người hơn thế nữa đã nghe về Ngài nhưng chưa tin nhận Ngài. "Không có người rao giảng thì nghe cách nào?" (Rô 10:14). Hội thánh cần những người truyền giảng tin lành tiên phong, những người phát triển những hình thức truyền giáo mới để đặt chân đến những khu vực còn khép kín, đặc biệt là thế giới Hồi giáo và thế tục. Vì hội thánh là trụ cột của chân lý. Vì thế, chúng ta phải giương cao chân lý và làm cho chân lý được biết đến, để rồi người ta có thể thấy vẻ đẹp và tính đầy đủ của chân lý và đi theo chân lý.

## 4.3 Kết luận

Hội thánh cần Kinh thánh và Kinh thánh cần hội thánh. Đó là những chân lý bổ sung cho nhau mà hai câu phát biểu của Phao-lô diễn đạt. Hội thánh không thể sống còn nếu không có Kinh thánh duy trì, và Kinh thánh khó có thể sống còn nếu hội thánh không bảo vệ và lan truyền Kinh thánh. Cả hai đều cần nhau. Kinh thánh và hội thánh là hai anh em song sinh không thể tách rời. Một khi chúng ta đã nắm được điều đó, thì ba lời khuyên nhủ sẽ nối gót.

Đầu tiên, tôi khuyên *các mục sư Cơ Đốc* hãy xem trọng việc giảng dạy. Lời kêu gọi của chúng tôi là hãy học và giải nghĩa Lời Chúa, liên hệ Lời Chúa với thế giới hiện tại. Sự khỏe mạnh của mọi hội chúng đều lệ thuộc vào chất lượng chức vụ giảng dạy của nó hơn bất cứ điều gì khác. Điều này có thể làm bạn ngạc nhiên. Dĩ nhiên, tôi biết rằng thuộc viên của hội thánh có thể trưởng thành trong Đấng Christ bất kể mục sư của họ thế nào, ngay cả khi mục sư của họ rất tệ và vô trách nhiệm, vì họ có thể cầu nguyện và đọc Kinh thánh một mình lẫn trong các nhóm thông công, và ngày nay các nguồn tài liệu tốt như một phương tiện dạy dỗ bổ sung rất giá trị lại có sẵn. Tuy nhiên, Tân Ước chỉ ra rằng ý định của Chúa là giao phó việc chăm sóc những người thuộc về Ngài cho các mục sư, những người cũng được giao phó nhiệm vụ công bố về Đấng Christ cho họ từ Kinh thánh, qua vinh quang của thân vị và công tác của Ngài, để rồi sự thờ phượng, đức tin và sự thuận phục của họ được thể hiện ra. Đó là lý do vì sao tôi dám nói rằng, thông thường, tín hữu dưới các băng ghế phản chiếu tòa giảng, rằng tín hữu ngồi dưới băng ghế thường không tốt hơn tòa giảng. Vì thế, các mục sư bạn hữu của tôi ơi, chúng ta hãy quyết định lại với một tinh thần mới mẻ rằng sẽ dâng chính mình cho công tác ưu tiên này!

> Sự khỏe mạnh của mọi hội chúng đều lệ thuộc vào chất lượng chức vụ giảng dạy của nó hơn bất cứ điều gì khác.

Thứ hai, tôi khuyên *tín hữu Cơ Đốc* không chỉ tự học Kinh thánh tại nhà và trong các nhóm thông công, nhưng cũng hãy đòi hỏi (từ này không quá nặng đâu!) mục sư của bạn phải giảng dạy trung thành và đúng với Kinh thánh. Hãy để tôi nói thế này: chức vụ bạn có được là chức vụ bạn xứng đáng có được, và chức vụ bạn xứng đáng là chức vụ bạn đòi hỏi! Tín hữu có quyền trong hội thánh nhiều hơn là họ thường nhận ra. Họ tham dự vào một hội thánh nơi Kinh thánh hiếm khi được giảng, họ thụ động chấp nhận nó và cũng chẳng làm gì trước điều đó cả! Có thể có những lúc bạn cần phải có can đảm để khiển trách mục sư của bạn bởi vì bạn nhận thức rằng mục sư của bạn đang không chuyên tâm học hỏi và và không trung tín trong việc giải nghĩa Kinh thánh. Nhưng đừng chỉ cho chúng tôi những lời khiển trách của bạn, hãy cho chúng tôi những lời khích lệ và lời cầu nguyện của bạn nữa. Hãy giải phóng mục sư của bạn khỏi gánh nặng của những công việc hành chính gây xao lãng. Công tác giám sát mục vụ cũng cần được các chấp sự, các ban điều hành của hội thánh chia sẻ. Mỗi thế hệ đều cần phải học lại bài học của Công Vụ 6, ở đó các sứ đồ không chịu để bị xao lãng khỏi chức vụ giảng dạy mà Đấng Christ đã kêu gọi họ. Họ ủy thác những công tác xác hội và việc hành chính cho người khác, để họ có thể chuyên tâm "cho chức vụ cầu nguyện và giảng dạy Lời Chúa" (Công 6:1-4). Chính các tín hữu làm lãnh đạo hội thánh có thể đảm bảo rằng ưu tiên ấy ngày nay vẫn được hiện thực hóa.

Thứ ba, tôi muốn khuyên nhủ các *phụ huynh Cơ Đốc*. Hãy dạy Kinh thánh cho con cái bạn. Đừng phó thác trách nhiệm làm cha mẹ cho hội thánh, hay thậm chí là cho nhà trường. Hãy tự mình làm điều đó, để rồi giống như Ti-mô-thê, con cái của bạn sẽ biết Kinh thánh từ khi còn nhỏ (2 Tim 3:15). Nếu bạn làm điều này, thì thế hệ lãnh đạo kế tiếp của hội thánh dấy lên sẽ biết địa vị thiết yếu của Kinh thánh trong hội thánh, vì thế hệ hiện tại không phải lúc nào cũng có vẻ biết được điều đó.

Vì thế, chúng ta hãy đặt Kinh thánh ở địa vị cao trọng trong gia đình và hội thánh, không phải bởi vì chúng ta thờ phượng Kinh thánh mà bởi vì Đức Chúa Trời phán bảo qua Kinh thánh. Rồi, khi chúng ta nghe được tiếng phán của Ngài một lần nữa, thì hội thánh sẽ được đổi mới, cải cách, phục hưng và sẽ trở thành điều mà Đức Chúa Trời luôn định để hội thánh trở thành – đó là ánh sáng lấp lánh soi sáng trong bóng tối quanh ta.

# 5
# Cơ Đốc Nhân Và Kinh Thánh

Hãy để tôi ôn lại vắn tắt những điều chúng ta đã nói. Chúng ta đã suy nghĩ về:

- "Đức Chúa Trời và Kinh thánh" bởi vì Đức Chúa Trời là tác giả của Kinh thánh;
- "Đấng Christ và Kinh thánh" bởi vì Đấng Christ là chủ đề của Kinh thánh;
- "Đức Thánh Linh và Kinh thánh" bởi vì Đức Thánh Linh là phương tiện soi dẫn Kinh thánh;
- "Hội thánh và Kinh thánh" bởi vì hội thánh được xây dựng trên Kinh thánh và hội thánh được kêu gọi để bảo vệ kho báu của hội thánh và làm cho kho báu ấy được biết đến.

Chúng ta kết luận bằng một điều mang tính cá nhân hơn – "Cơ Đốc nhân và Kinh thánh".

> Lời Chúa cần thiết cho sức khỏe thuộc linh như thức ăn đối với sức khỏe thể xác vậy.

Tôi không ngần ngại khi nói rằng Kinh thánh là tối cần đối với sức khỏe và sự tăng trưởng của mọi Cơ Đốc nhân. Cơ Đốc nhân nào lơ là Kinh thánh sẽ không thể nào trưởng thành. Khi Chúa Giê-xu trích dẫn Phục Truyền Luật Lệ Ký rằng loài người sống chẳng phải chỉ nhờ bánh mà thôi nhưng còn nhờ Lời Chúa, Ngài đang nói rằng Lời Chúa cần thiết cho sức khỏe thuộc linh như thức ăn đối với sức khỏe thể xác vậy. Tôi đang không nghĩ về các Cơ Đốc nhân mà Kinh thánh chưa được dịch ra thứ tiếng của họ, cũng không nghĩ về những người bị mù chữ, những người mà Kinh thánh đã có trong ngôn ngữ của họ nhưng họ không thể tự đọc Kinh thánh. Chắc chắn, những người như thế không hề bị cắt lìa khỏi nguồn dưỡng chất là Lời Chúa, bởi vì họ vẫn có thể nhận được Lời ấy từ mục sư, giáo sĩ, người bà hoặc bạn bè của họ. Tuy nhiên, tôi phải nói rằng đời sống Cơ Đốc nhân của họ sẽ được phong phú hơn nếu họ có thể trực tiếp tiếp cận Kinh thánh, đó là lý do vì sao công tác quả cảm đã được thực hiện để Kinh thánh được dịch ra nhiều thứ tiếng trên thế giới. Tôi đang không nghĩ về những tình huống này. Đúng hơn, tôi đang nghĩ về những Cơ Đốc nhân đã có Kinh thánh bằng thứ ngôn ngữ của mình. Vấn đề của chúng ta không phải là chuyện chúng ta không có Kinh thánh mà là chúng ta không tận dụng Kinh thánh mà chúng ta đã có. Chúng ta cần đọc và suy ngẫm Kinh thánh mỗi ngày, học Kinh thánh trong một nhóm thông công và nghe giảng Kinh thánh trong giờ thờ phượng vào Chúa nhật. Nếu không, chúng ta sẽ không tăng trưởng. Trưởng thành trong Đấng Christ lệ thuộc vào việc quen thuộc gần gũi và đáp ứng bằng đức tin với Kinh thánh.

Tôi muốn cố gắng trả lời câu hỏi có thể đang hiện ra trong đầu của bạn: Kinh thánh thêm năng lực cho chúng ta tăng trưởng bằng cách nào và tại sao? Để đưa ra một minh họa về tính hiệu quả của Kinh thánh trong vai trò là phương tiện của ân điển, tôi xin chọn câu chuyện Chúa Giê-xu rửa chân cho các môn đồ được ký thuật trong Giăng 13. Khi Ngài rửa chân xong, mặc áo khoác của Ngài vào lại và trở về chỗ của mình, lập tức Ngài nói đến chuyện Ngài là thầy của họ: "Các con gọi Ta là Thầy, là Chúa. Các con nói rất đúng, vì Ta thật như vậy" (câu 13). Hàm ý ở đây rất rõ ràng, đó là thông qua hành động rửa chân, Ngài đang dạy họ những lẽ thật và bài học nhất định mà Ngài muốn họ học. Dường như có ba bài học.

### a) Ngài đang dạy dỗ về chính Ngài

Hành động của Chúa Giê-xu là một ngụ ngôn có chủ đích về sứ mạng của Ngài. Có vẻ Giăng rõ ràng đã hiểu điều này, bởi vì ông giới thiệu sự kiện ấy bằng những lời sau: "Đức Chúa Jêsus biết... Ngài từ Đức Chúa

Trời đến, cũng sắp về với Đức Chúa Trời, nên đứng dậy khỏi bàn ăn..." (câu 3-4). Tức là, vì biết những điều này, nên Ngài "kịch tính hóa" chúng bằng hành động. Có lẽ lời bình giải tốt nhất cho nó là Phi-líp 2, là phân đoạn mở ra cho thấy những tiến trình của sự tự hạ mình của Ngài trước khi Ngài được tôn vinh. Vì thế, Chúa Giê-xu "đứng dậy khỏi bàn ăn", như trước đó Ngài đứng dậy khỏi ngai vua trên trời của mình. Ngài "cởi áo ngoài ra", giống như trước đó Ngài đã gạt bỏ vinh hiển của mình và tự từ bỏ tất cả. Sau đó Ngài "lấy khăn quấn ngang lưng" (đặc điểm của tinh thần tôi tớ), như trong sự nhập thể, Ngài đã mang lấy hình một tôi tớ. Tiếp theo, Ngài bắt đầu "rửa chân cho các môn đồ, Ngài cũng lấy khăn đã quấn ngang lưng mà lau chân cho họ", giống như Ngài lên thập tự giá để bảo toàn việc tẩy sạch tội lỗi chúng ta. Sau đó, "Ngài mặc áo lại, rồi ngồi vào bàn", như khi Ngài trở lại vinh quang trên trời và ngồi bên hữu Cha Ngài. Bởi những hành động này, Ngài đang kịch tính hóa toàn bộ sự nghiệp trên đất của mình. Ngài đang dạy họ về chính Ngài, Ngài là ai, Ngài từ đâu mà đến và Ngài sẽ đi về đâu.

### b) Ngài đang dạy dỗ về sự cứu rỗi của Ngài

Ngài nói với Phi-e-rơ: "Nếu Ta không rửa chân cho con thì con không có phần gì nơi Ta cả" (c.8). Nói cách khác, sự tha thứ tội lỗi là cần thiết để vui hưởng mối thông công với Chúa Giê-xu Christ. Trước khi chúng ta được rửa, và nếu chúng ta không được rửa, thì chúng ta không thể có bất cứ phần nào với Ngài. Tinh tế hơn, Chúa Giê-xu phân biệt giữa hai loại rửa: một mặt là tắm rửa và mặt khác là rửa chân. Các sứ đồ quen thuộc với đặc trưng xã hội này. Trước khi thăm nhà một người bạn, họ phải tắm rửa. Rồi khi họ đến nhà của người bạn đó, người hầu sẽ rửa chân cho họ. Họ sẽ không cần phải tắm nữa, nhưng chỉ cần được rửa chân. Có vẻ như Chúa Giê-xu đã sử dụng đặc trưng nổi tiếng về mặt văn hóa này để dạy một đặc trưng thần học ít được biết đến hơn: khi chúng ta đến với Ngài trong sự ăn năn và đức tin, chúng ta được tắm và được rửa cả người. Về mặt thần học, nó được gọi là "sự xưng công bình" hay "sự tái sinh" và nó được biểu tượng bằng phép báp-têm. Rồi, khi chúng ta đã là Cơ Đốc nhân nhưng phạm tội, thì điều chúng ta cần không phải là tắm nữa (chúng ta không thể được xưng công bình lại hay được báp-têm lại) nhưng cần được rửa chân, nghĩa cần được tẩy rửa tội lỗi mỗi ngày. Vì thế, Chúa Giê-xu nói trong câu 10: "Ai đã tắm rồi, chỉ cần rửa chân thì sạch tất cả."

### c) Ngài đang dạy họ về ý muốn của Ngài

Trước khi ngồi xuống dùng bữa trên phòng cao, các sứ đồ đã tranh cãi với nhau về việc ai được ngồi ở những chỗ tốt nhất. Họ bị ám ảnh bởi câu hỏi về địa vị ưu tiên đến nỗi họ ngồi dùng bữa mà chưa rửa chân. Rõ ràng, không có đầy tớ nào ở đó để rửa chân cho họ, và chuyện một người trong số họ chọn lấy vị trí thấp hèn đó mà đi rửa chân cho những người khác đã không xảy ra. Vì thế, trong bữa ăn Chúa Giê-xu làm điều mà không một ai trong số họ tự hạ thấp mình xuống để làm. Tiếp theo, khi đã xong, Ngài bảo họ: "Nhưng nếu Ta là Thầy, là Chúa, mà còn rửa chân cho các con thì các con cũng phải rửa chân cho nhau. Vì Ta đã làm gương cho các con, để các con cũng làm như Ta đã làm cho các con. Thật, Ta bảo thật các con: Đầy tớ không lớn hơn chủ... Nếu các con biết những điều nầy và làm theo thì được phước" (câu 14-17). Chúa của chúng ta cúi xuống để phục vụ. Ngài muốn chúng ta cũng làm như thế.

> Chúa của chúng ta cúi xuống để phục vụ. Ngài muốn chúng ta cũng làm như thế.

Đây là ba bài học của Chúa Giê-xu từ một sự kiện xảy ra – bài học đầu tiên là *thân vị* của Ngài (đó là Ngài từ Đức Chúa Trời đến và sẽ về cùng Đức Chúa Trời), thứ hai là về *sự cứu rỗi* của Ngài (đó là sau sự tắm rửa là sự xưng công bình, chúng ta chỉ cần tiếp tục rửa chân mình mà thôi) và thứ ba là bài học về *ý muốn* của Ngài (đó là chúng ta phải rửa chân cho nhau, nghĩa là, bày tỏ tình yêu của mình với nhau bằng cách khiêm nhường phục vụ). Hay nói cách khác, Ngài dạy ba bài học, ba bài học ấy đòi hỏi ba đáp ứng. Qua việc ban cho họ một sự khải thị về chính Ngài, Ngài đang đòi hỏi sự *thờ phượng* của họ. Qua việc ban cho họ điều răn hãy yêu thương và phục vụ nhau, Ngài đang đòi hỏi họ *vâng lời*.

Tôi không nghĩ sẽ cường điệu quá mức khi tuyên bố rằng tất cả những lời dạy của Kinh thánh có thể chia làm ba loại này, đòi hỏi ba đáp ứng này. Bởi vì xuyên suốt Kinh thánh, có:

- những sự khải thị về Đức Chúa Trời đòi hỏi sự thờ phượng của chúng ta,
- những lời hứa cứu chuộc đòi hỏi đức tin của chúng ta,
- những lời răn bảo về trách nhiệm đòi hỏi sự vâng lời của chúng ta.

Sau khi xem xét một ví dụ là sự kiện Chúa rửa chân cho các môn đồ, bây giờ chúng ta hãy xem xét khuôn mẫu ba mặt này một cách đầy đủ hơn.

## 5.1 Sự khải thị của Đức Chúa Trời

Kinh thánh là sự tự bày tỏ của Đức Chúa Trời, là tự truyện của Chúa. Trong Kinh thánh, Đức Chúa Trời đang nói về Đức Chúa Trời. Ngài làm cho chính mình được biết đến một cách tiệm tiến trong sự phong phú của bản tính Ngài: trong tư cách *Đấng Tạo Hóa* của cõi hoàn vũ, trong tư cách Đấng tạo nên con người theo ảnh tượng của Ngài, đỉnh cao sự tạo dựng của Ngài; trong tư cách *Đức Chúa Trời hằng sống*, Đấng duy trì và ban sinh khí cho mọi điều mà Ngài đã tạo nên; trong tư cách Đức Chúa Trời *giao ước*, Đấng chọn Áp-ra-ham, Y-sác, Gia-cốp và hậu tự của họ để làm dân đặc biệt của Ngài; và trong tư cách *Đức Chúa Trời nhân từ*, Đấng chậm giận và nhanh tha thứ, nhưng cũng trong tư cách *Đức Chúa Trời công chính*, Đấng hình phạt tội thờ thần tượng và tội bất công giữa vòng dân sự Ngài cũng như tại các dân tộc ngoại giáo. Rồi trong Tân Ước, Ngài khải thị chính

> Không trở nên người thờ phượng Chúa thì người đó không thể đọc Kinh thánh với bất cứ sự nhạy bén nào Lời Đức Chúa Trời khơi lên sự thờ phượng Đức Chúa Trời.

mình trong tư cách *Cha của Chúa và Đấng Cứu Thế của chúng ta, tức là Chúa Giê-xu Christ*, Đấng đã sai Chúa Giê-xu vào thế gian để mang lấy bản chất của chúng ta, Đấng được sinh ra, lớn lên, sống, dạy dỗ, làm việc và chịu khổ, chịu chết và sống lại, nhận lấy ngai vua và ban Đức Thánh Linh xuống; và cuối cùng trong tư cách *Đức Chúa Trời một ngày nọ sẽ sai Chúa Giê-xu Christ đến trong năng quyền và vinh hiển* – để cứu chuộc, để đoán xét và để cai trị, Đấng sẽ tạo dựng một vũ trụ mới, Đấng cuối cùng sẽ là mọi sự cho mọi người.

Khải thị lớn lao này về Đức Chúa Trời (Cha, Con và Thánh Linh), được lần mở từ khi sáng tạo cho đến lúc tận chung, kéo chúng ta đến sự thờ phượng. Khi chúng ta nắm bắt sơ lược sự vĩ đại của Đức Chúa Trời, vinh hiển và ân điển của Ngài, chúng ta phải sấp mình xuống trước Ngài và dâng cho Ngài sự tôn kính của môi miệng, tấm lòng và đời sống mình. Chuyện đọc Kinh thánh với bất cứ sự nhạy bén nào mà lại không phải là người thờ phượng Chúa là chuyện không thể. Lời Đức Chúa Trời khơi lên sự thờ phượng Đức Chúa Trời.

## 5.2 Những lời hứa về sự cứu rỗi

Chúng ta đã thấy rằng mục tiêu chính của Đức Chúa Trời khi ban Kinh thánh cho chúng ta là "khiến con khôn ngoan để được cứu bởi đức tin trong Đấng Christ Jêsus" (2 Tim 3:15). Vì thế, Kinh thánh kể câu chuyện về Chúa Giê-xu, chỉ về Ngài trong Cựu Ước, mô tả chức vụ trên đất của Ngài trong các sách Phúc Âm và lần mở sự trọn vẹn của thân vị và công việc Ngài trong các thư tín. Hơn thế nữa, Kinh thánh không chỉ trình bày Chúa Giê-xu cho chúng ta trong tư cách Đấng Cứu Thế đầy đủ của chúng ta. Kinh thánh thúc đẩy chúng ta đến với Ngài và đặt đức tin nơi Ngài. Kinh thánh hứa với chúng ta rằng, nếu chúng ta làm như vậy, thì chúng ta sẽ được tha thứ tội lỗi và được ban Đức Thánh Linh giải phóng. Kinh thánh đầy những lời hứa về sự cứu rỗi. Kinh thánh hứa ban sự sống trong một cộng đồng mới cho những ai đáp ứng với lời kêu gọi của Chúa Giê-xu Christ. Chúa Giê-xu đã đưa ra một lời hứa như vậy cho Phi-e-rơ trong sự kiện rửa chân khi Ngài nói với ông: "Các con đã được sạch rồi" (Giăng 13:10). Tâm trí của Phi-e-rơ hẳn đã nắm bắt lấy lời hứa ấy và tin tưởng vào nó. Ngay cả sau khi chối Chúa, ông vẫn không bị bỏ. Dĩ nhiên, ông cần phải ăn năn, cần được tha thứ và cần được tái ủy thác. Nhưng ông không tắm nữa, bởi vì ông đã được sạch rồi. Những lời của Chúa Giê-xu hẳn đã đảm bảo với lòng ông và ban sự bình cho lương tâm đang cắn rứt của ông.

Vào thế kỷ mười bảy, một diễn giả người Anh tên là John Bunyan đã viết một truyện phúng dụ về đời sống Cơ Đốc nhân, truyện ấy có tựa đề "Thiên Lộ Lịch Trình", trong đó ông mô tả những thách thức của hai người lữ khách tên là Cơ Đốc Nhân và Hy Vọng. Có một thời điểm trong câu truyện, họ thấy chính mình đang ở vùng đất của Lâu Đài Ngờ Vực, do Gã Khổng Lồ Thất Vọng làm chủ. Họ bị Gã Khổng Lồ bắt giữ và họ thất kinh sợ hãi cho mạng sống của mình: có vẻ như chuyện thoát ra là bất khả thi. Rồi, vào ngày thứ ba, lúc nửa đêm, "họ bắt đầu cầu nguyện và tiếp tục trong sự cầu nguyện cho tới gần tảng sáng". Trước đó một chút, Cơ Đốc Nhân nhận ra rằng anh có chiếc chìa khóa được gọi là Lời Hứa "mà tôi tin quyết rằng sẽ mở bất cứ ổ khóa nào trong Lâu Đài Ngờ Vực". Với sự khích lệ của Hy Vọng, Cơ Đốc Nhân cố gắng mở khóa, và "cái khóa được mở ra cách dễ dàng." Với chiếc chìa khóa ấy, họ có thể thoát ra khỏi cửa ngục, cửa ngoài và cánh cổng bằng sắt của lâu đài, và Gã Khổng Lồ không tài nào ngăn họ lại.

Bạn cũng có chiếc chìa khóa được gọi là Lời Hứa, bởi vì Đức Chúa Trời đã ban nó cho bạn qua Kinh thánh. Bạn đã bao giờ sử dụng nó để thoát ra khỏi Lâu Đài Ngờ Vực chưa? Khi Sa-tan quấy rối lương tâm chúng ta và cố gắng thuyết phục chúng ta rằng không có sự tha tội cho những tội nhân kinh khiếp như chúng ta, thì chỉ sự nương dựa không nghi ngờ gì vào những lời hứa của Đức Chúa Trời dành cho người ăn năn mới có thể giải phóng chúng ta khỏi sự quấy rối ấy. Khi chúng ta bối rối, chúng ta phải học cách nương cậy vào lời hứa chỉ dẫn của Ngài. Khi chúng ta sợ hãi, chúng ta dựa vào lời hứa bảo vệ của Ngài. Khi chúng ta cô đơn, chúng

> Khi chúng ta bối rối, chúng ta phải học cách nương cậy vào lời hứa chỉ dẫn của Ngài. Khi chúng ta sợ hãi, chúng ta dựa vào lời hứa bảo vệ của Ngài. Khi chúng ta cô đơn, chúng ta dựa vào lời hứa về sự hiện diện của Ngài.

ta dựa vào lời hứa về sự hiện diện của Ngài. Những lời hứa của Đức Chúa Trời có thể bảo vệ lòng và trí chúng ta, những lời hứa về sự cứu rỗi của Ngài.

Ở đây chúng ta cần phải đề cập đến phép báp-têm và Tiệc Thánh. Chúng là những dấu chỉ thấy được cho những lời hứa được gắn với chúng. Rõ ràng nước báp-têm và bánh cũng như rượu của Tiệc Thánh chỉ là những dấu hiệu bên ngoài, thấy được. Tuy nhiên, cụ thể hơn, chúng là những dấu hiệu của ân điển của Đức Chúa Trời, những dấu hiệu thấy được hứa hẹn sự thanh tẩy, tha thứ và sự sống mới cho những ai ăn năn và tin nơi Chúa Giê-xu. Vì thế, chúng khích lệ và củng cố đức tin của chúng ta.

## 5.3 Những điều răn phải vâng giữ

Khi kêu gọi một dân tộc cho chính mình, Đức Chúa Trời bảo họ Ngài muốn họ trở thành một dân tộc như thế nào. Họ là một dân tộc đặc biệt, Ngài mong đợi một cách sống đặc biệt từ họ. Vì thế, Ngài ban cho họ Mười Điều Răn làm bản tóm lược ý muốn của Ngài, mà Chúa Giê-xu đã nhấn mạnh trong Bài giảng Trên Núi, tiết lộ những hàm ý gây bồn chồn của chúng. Ngài bảo sự công chính của các môn đồ Ngài phải "vượt trội hơn" sự công chính của các thầy thông giáo và người Pha-ri-si (Mat 5:20). Nó "trội hơn" theo nghĩa là nó sâu hơn, một sự công chính của tấm lòng, một sự thuận phục vui mừng, triệt để từ bên trong.

Trong thời của chúng ta ngày nay, việc nhấn mạnh vào lời kêu gọi thuận phục về đạo đức của Đức Chúa Trời đặc biệt quan trọng, vì chí ít có hai nhóm người đang phủ nhận nó. Thứ nhất, có những người lập luận rằng điều răn duy nhất của Đức Chúa Trời là yêu thương, rằng tất cả những luật khác đều đã bị bãi bỏ, rằng tình yêu tự bản thân nó đã là là người dẫn đường đủ cho nếp sống Cơ Đốc. Họ nói rằng bất cứ cách biểu hiện tình yêu nào cũng tốt lành, bất cứ điều gì không tương thích với nó cũng đều là gian ác. Giờ đây, rõ ràng tình yêu thương chân thật (sự hy sinh chính mình để phục vụ người khác) là mỹ đức Cơ Đốc vượt trội, và đi theo mệnh lệnh của nó là đòi hỏi rất khắt khe. Tuy nhiên, tình yêu thương cần sự chỉ dẫn, và các điều răn của Chúa cung cấp chính sự chỉ dẫn này. Tình yêu thương không bất cần luật pháp, tình yêu thương làm trọn luật pháp (Rô 13:8-10).

Thứ nhì, có những tín hữu Tin Lành giải nghĩa những định đề của Phao-lô đó là "Đấng Christ là sự cuối cùng của luật pháp" (Rô 10:4) và định đề "anh em không ở dưới luật pháp mà ở dưới ân điển" (Rô 6:14) là: tín hữu không còn nghĩa vụ vâng phục luật đạo đức của Đức Chúa Trời nữa. Nỗ lực làm theo luật đạo đức sẽ bị họ nói là "duy luật chủ nghĩa", chủ thuyết đối lập với sự tự do mà Đấng Christ ban cho chúng ta. Nhưng họ hiểu sai ý Phao-lô. "Chủ nghĩa duy luật" Phao-lô phản đối không phải là bản thân việc vâng phục luật pháp của Đức Chúa Trời, mà là nỗ lực để kiếm được ân huệ và sự tha thứ của Đức Chúa Trời thông qua sự thuận phục ấy. Điều này là không thể, ông viết, bởi vì "chẳng có một người nào bởi việc làm theo luật pháp mà được kể là công chính trước mặt Ngài" (Rô 3:20).

> Vì thế, sự tự do của người Cơ Đốc chúng ta là sự tự do vâng lời, chứ không phải không vâng lời.

Tuy nhiên, một khi được xưng công bình chỉ bởi ân điển của Đức Chúa Trời (tức là được xưng là công bình trong mắt Ngài bởi ân huệ miễn phí dành cho người không xứng đáng thông qua Đấng Christ), khi ấy chúng ta ở dưới nghĩa vụ phải vâng giữ luật pháp của Ngài và chúng ta *muốn* vâng phục luật pháp ấy. Thật vậy, Đấng Christ chết cho chúng ta chính là "để sự công chính mà luật pháp đòi hỏi được thực hiện đầy đủ trong chúng ta" (Rô 8:3-4), và Đức Chúa Trời đặt Thánh Linh của Ngài trong lòng chúng ta để viết luật pháp của Ngài tại đó (Giê 31:33; Êxê 36:27; Gal 5:22-23). Vì thế, sự tự do của người Cơ Đốc chúng ta là sự tự do vâng lời, chứ không phải không vâng lời. Như Chúa Giê-xu đã nói một vài lần, nếu chúng ta yêu mến Ngài, chúng ta sẽ giữ điều răn Ngài (Giăng 14:15, 21-24; 15:14). Và chính qua Kinh thánh mà điều răn của Đức Chúa Trời được tìm thấy.

Vì thế, qua Kinh thánh, Đức Chúa Trời ban cho chúng ta:

- những sự khải thị về Ngài, là sự khải thị dẫn chúng ta tới chỗ thờ phượng,
- những lời hứa về sự cứu rỗi của Ngài, là điều thúc đẩy đức tin của chúng ta,
- những điều răn bày tỏ ý muốn của Ngài, mà những điều răn ấy đòi hỏi sự thuận phục của chúng ta.

Đây là ý nghĩa của tiến trình môn đồ hóa Cơ Đốc. Ba thành phần thiết yếu của nó là thờ phượng, tin cậy và vâng phục. Cả ba thành phần này đều được soi dẫn bởi Lời Chúa. *Thờ phượng* là đáp ứng của sự tự khải thị của Đức Chúa Trời. Nó là việc thiết tha suy nghĩ đến vinh hiển của Đức Chúa Trời. *Đức tin* là sự thư thái tin cậy vào lời hứa của Đức Chúa Trời. Nó giải phóng chúng ta khỏi những sự thất thường của kinh nghiệm tôn giáo – những lên xuống, trồi sụt, tối Chúa nhật, sáng thứ Hai. Không điều gì có thể giải phóng bạn khỏi điều đó trừ những lời hứa của Đức Chúa Trời, vì cảm xúc của chúng ta thì thất thường, nhưng Lời Chúa vẫn mãi mãi bền vững. *Thuận phục* là cam kết yêu mến ý muốn của Đức Chúa Trời. Nó cứu chúng ta khỏi vũng lầy của chủ nghĩa tương đối về đạo đức và đặt chân chúng ta trên hòn đá là những điều răn tuyệt đối của Đức Chúa Trời.

Tuy nhiên, thờ phượng, tin cậy và vâng lời – ba thành phần của quá trình môn đồ hóa – chỉ là những thứ bên ngoài. Qua sự thờ phượng, chúng ta quan tâm đến vinh hiển của Đức Chúa Trời, qua đức tin chúng ta quan tâm đến với những lời hứa của Ngài, qua sự thuận phục, chúng ta quan tâm đến những điều răn của Ngài. Tiến trình môn đồ hóa thật sự của Cơ Đốc nhân không bao giờ hướng nội. Kinh thánh là một cuốn sách giải phóng tuyệt vời. Nó kéo chúng ta ra khỏi chính mình và làm cho chúng ta chỉ nghĩ đến Đức Chúa Trời, vinh hiển, những lời hứa và ý muốn của Ngài. Yêu Đức Chúa Trời (và vì Ngài mà yêu người khác) như vậy là được giải phóng khỏi xiềng xích tồi tệ của sự tự đặt mình làm trung tâm. Tín hữu Cơ Đốc nào chỉ mê mải trong chính mình sẽ trở nên tê liệt và chỉ Lời Chúa mới có thể giải phóng chúng ta khỏi sự tê liệt đến từ việc chỉ chú tâm vào chính mình ấy.

## 5.4 Kết luận

Vị trí thiết yếu của Kinh thánh trong đời sống người Cơ Đốc bày tỏ tính nghiêm trọng của thần học tự do. Bằng cách làm suy yếu lòng tin của công chúng vào tính đáng tin cậy của Kinh thánh, nó làm cho quá trình môn đồ hóa của người Cơ Đốc trở nên không thể. Để tôi giải thích cho bạn. Tất cả các Cơ Đốc nhân đều đồng ý rằng môn đồ hóa bao gồm thờ phượng, tin cậy và vâng phục. Thờ phượng, tin cậy và vâng phục là những phần thiết yếu của đời sống Cơ Đốc. Chúng ta không thể sống như những Cơ Đốc nhân nếu không có ba điều đó. Thế nhưng, không điều nào trong ba điều ấy có thể có được nếu không có một quyển Kinh thánh đáng tin cậy.

Chúng ta thờ phượng Chúa bằng cách nào nếu chúng ta không biết Ngài là ai, Ngài như thế nào hay sự thờ phượng nào đẹp lòng Ngài? Cơ Đốc nhân không phải là người A-thên, những người thờ phượng một Chúa không biết. Chúng ta phải biết Đức Chúa Trời trước khi chúng ta có thể thờ phượng Ngài. Và chính Kinh thánh nói cho chúng ta biết Ngài như thế nào.

Một lần nữa, làm sao chúng ta có thể tin hay phó thác cho Đức Chúa Trời nếu chúng ta không biết những lời hứa của Ngài? Đức tin không phải là từ đồng nghĩa của từ mê tín, tin cũng không phải đồng nghĩa với việc tin mà không có bằng chứng gì cả. Đức tin là một sự tin cậy có tư duy. Nó dựa trên những lời hứa của Đức Chúa Trời, trên bản tính của Đức Chúa Trời, Đấng đã tạo ra những lời hứa ấy. không có những lời hứa, thì đức tin của chúng ta sẽ teo tóp lại rồi chết đi. Những lời hứa của Đức Chúa Trời được tìm thấy trong Kinh thánh.

Một lần nữa, làm thế nào chúng ta có thể vâng phục Chúa nếu chúng ta không biết ý muốn và điều răn của Ngài? Sự thuận phục của người Cơ Đốc không phải là sự thuận phục mù quáng, mà là sự thuận phục với đôi mắt mở ra và đầy yêu thương. Vì Đức Chúa Trời đã ban những điều răn cho chúng ta trong Kinh thánh và đã bày tỏ cho chúng ta rằng những điều răn ấy không phải là gánh nặng.

Vì thế, không có sự khải thị của Đức Chúa Trời thì không thể có sự thờ phượng; nếu không có lời hứa của Đức Chúa Trời, không thể có đức tin, không có điều răn của Đức Chúa Trời thì không thể có sự thuận phục. Vì thế, nếu không có Kinh thánh cũng không thể có chuyện môn đồ hóa.

> Không có sự khải thị của Đức Chúa Trời thì không thể có sự thờ phượng; nếu không có lời hứa của Đức Chúa Trời, không thể có đức tin, không có điều răn của Đức Chúa Trời thì không thể có sự thuận phục. Vì thế, nếu không có Kinh thánh cũng không thể có chuyện môn đồ hóa.

Chúng ta có nhận ra chúng ta được phước dường nào khi có Kinh thánh trong tay không? Đức Chúa Trời đã nhân từ dự bị cho quá trình môn đồ hóa của chúng ta. Ngài đã khải thị về chính Ngài, sự cứu rỗi của Ngài và ý muốn của Ngài cho chúng ta. Ngài đã khiến chúng ta có thể thờ phượng Ngài, tin cậy Ngài và vâng lời Ngài. Nói cách khác, Ngài đã khiến chúng ta sống như những người con yêu dấu của Ngài trong thế giới này. Vì thế, mỗi ngày chúng ta cần đến với Kinh thánh với sự háo hức. Bất cứ khi nào việc đọc Kinh thánh trở thành một việc cũ kỹ, một thói quen nhàm chán, thì ấy là bởi chúng ta không đến với Kinh thánh với sự mong đợi. Chúng ta không đến với niềm tin rằng Đức Chúa Trời vui lòng, Đức Chúa Trời có thể và Đức Chúa Trời khắc khoải trông đợi được phán với chúng ta qua Lời Ngài. Chúng ta cần đến với Kinh thánh mỗi ngày với lời khẩn cầu của Sa-mu-ên trên môi: "Lạy Chúa, xin hãy phán, kẻ tôi tớ Ngài đang nghe." Thì Ngài sẽ phán! Đôi lúc thông qua Lời Ngài, Ngài sẽ ban cho chúng ta sự khải thị về chính Ngài; chúng ta sẽ lĩnh hội được điều gì đó về vinh quang của Ngài, lòng chúng ta sẽ cảm động sâu sắc trong chúng ta, và chúng ta sẽ gieo mình xuống mà thờ phượng Ngài. Đôi lúc, thông qua Lời Ngài, Ngài sẽ cho chúng ta một lời hứa; chúng ta sẽ nắm chắc lấy nó và nói: "Lạy Chúa, con sẽ không thả nó ra cho tới khi nào con hưởng được nó và cho tới khi nó trở nên thật đối với con." Đôi lúc qua Kinh thánh, Ngài sẽ ban cho chúng ta một mệnh lệnh, chúng ta sẽ thấy cần phải ăn năn sự bất tuân của mình, và chúng ta sẽ cầu nguyện rằng nhờ ân điển của Ngài chúng ta sẽ làm theo mệnh lệnh ấy suốt những năm tới.

> Chúng ta cần đến với Kinh thánh mỗi ngày với lời khẩn cầu của Sa-mu-ên trên môi: "Lạy Chúa, xin hãy phán, kẻ tôi tớ Ngài đang nghe."

Những sự khải thị, lời hứa và điều răn mà chúng ta sẽ cất giữ trong trí mình cho tới khi bộ nhớ Cơ Đốc của chúng ta trở nên giống như cái tủ lưu giữ đồ đạc thật tốt. Rồi, trong những lúc cần đến chúng ta sẽ có thể lấy từ các ngăn tủ xuống những lẽ thật, những lời hứa hay những điều răn phù hợp với tình huống mà chúng ta đang gặp phải. Nếu không có cái tủ này, chúng ta tự lên án mình vì không bao giờ trưởng thành. Chỉ khi chúng ta suy ngẫm Lời Chúa, lắng nghe Đức Chúa Trời phán với mình, nghe tiếng Ngài và đáp ứng với Ngài bằng sự thờ phượng, đức tin và sự vâng phục thì chúng ta mới trưởng thành trong Đấng Christ.

# Tái Bút

Trong cuốn sách nhỏ này tôi đã quan tâm đến "ngày hôm qua" của Kinh thánh (Kinh thánh bắt nguồn từ đâu) và "ngày nay" của Kinh thánh (Kinh thánh có ý nghĩa gì với chúng ta). Tôi đã cố gắng phát triển một giáo lý đơn giản, theo hướng Ba Ngôi về Kinh thánh như một sứ điệp:

- đến từ Đức Chúa Trời (Ngài đã phán và vẫn đang phán những lời ấy)
- tập trung vào Đấng Christ (Ngài làm chứng rằng Kinh thánh làm chứng về Ngài),
- và được Thánh Linh phát biểu cách có hệ thống thông qua các trước giả (để rồi Kinh thánh vừa là lời của Ngài vừa là lời của họ).

Tính hữu ích thực tiễn của Kinh thánh ngày nay, cả đối với hội thánh lẫn đối với cá nhân tín hữu, lệ thuộc vào việc chúng ta tiếp nhận nguồn gốc và mục tiêu

> Tôi mong nhìn thấy Kinh thánh được phục hồi trong tấm lòng và trong gia đình của những người Cơ Đốc, được lên ngôi trong các tòa giảng. Chỉ khi ấy thì hội thánh mới có thể một lần nữa lắng nghe và vâng theo Lời Chúa.

thiên thượng của Kinh thánh. Bản thân Phao-lô đã kết hợp những điều này lại với nhau khi ông mô tả cả Kinh thánh, một mặt, "được Đức Chúa Trời cảm thúc", mặt khác, "có ích" (2 Tim 3:16-17). Kinh thánh có ích đối với chúng ta trong việc "dạy dỗ, khiển trách, sửa trị và huấn luyện trong sự công chính", chính bởi vì Kinh thánh được phán ra từ miệng Đức Chúa Trời. Vì thế, quan điểm của chúng ta về Kinh thánh và cách chúng ta sử dụng Kinh thánh đi đôi với nhau. Chuyện chúng ta nghĩ gì về Kinh thánh rất quan trọng.

Tôi cảm thấy rất phiền lòng về thái độ rất thiếu cẩn trọng đối với Kinh thánh của nhiều người, vì thế, tôi mong nhìn thấy Kinh thánh được phục hồi trong tấm lòng và trong gia đình của những người Cơ Đốc, được lên ngôi trong các tòa giảng. Chỉ khi ấy thì hội thánh mới có thể một lần nữa lắng nghe và vâng theo Lời Chúa. Chỉ khi ấy thì người thuộc về Đức Chúa Trời mới học cách nối kết đức tin và đời sống của họ lại với nhau, khi họ tìm cách áp dụng sự dạy dỗ của Kinh thánh vào những tiêu chuẩn đạo đức, vào cách sử dụng tiền bạc, vào hôn nhân và gia đình, vào công việc và vào vai trò công dân của họ. Chỉ khi ấy thì Cơ Đốc nhân mới có thể hy vọng là muối của đất và ánh sáng, như Chúa Giê-xu đã bảo họ phải là, và ảnh hưởng trên văn hóa, hiến pháp và pháp luật, các giá trị và tư tưởng của đất nước họ.

> Tâm trí của chúng ta có thể giống với tâm trí của Ngài chỉ khi nó được thấm đẫm trong Lời Ngài.

Tuy nhiên, tính ích lợi thực tiễn của Kinh thánh – đối với hội thánh và Cơ Đốc nhân, gia đình và dân tộc – không nên là lý do chính khiến chúng ta khao khát Kinh thánh được phục hồi, mà đúng hơn, ấy là vinh hiển của Đức Chúa Trời. Nếu Kinh thánh được gọi là "Lời Đức Chúa Trời" (mặc dù được phán qua lời của con người), thì rõ ràng lơ là Kinh thánh là lơ là *Đức Chúa Trời*. Lý do chính yếu cho việc chúng ta cần "để lời của Đấng Christ sống sung mãn trong lòng anh em" (Côl 3:16) không phải là vì khi ấy chúng ta sẽ được tôn vinh và được vinh hiển. Ngài muốn chúng ta có một tâm trí cũng như nếp sống người Cơ Đốc. Nhưng để có một tâm trí của người Cơ Đốc, chúng ta phải có tâm trí *của Ngài*, "tâm trí của Đấng Christ" (xem 1 Côr 2:16; Phi 2:5). Tâm trí của chúng ta có thể giống với tâm trí của Ngài chỉ khi nó được thấm đẫm trong Lời Ngài. Đó là lý do vì sao chúng ta cần *Lời Chúa cho thế giới ngày nay*.

# Sách đọc thêm

**Khải thị, soi dẫn và thẩm quyền**

*God Has Spoken* của J. I. Packer (Baker, 978-0-80107-128-7, 3rd ed. 1994).

*Know the Truth* của Bruce Milne (IVP UK, 978-1-78359-103-9, 3rd ed. 2014), Part I.

*Taking God at His Word* của Kevin DeYoung (IVP UK, 978-1-78359-122-0, 2014)

*Words of Life* by Timothy Ward (IVP UK, 978-1-84474-207-3, 2009)

**Tìm Hiểu Kinh thánh**

*Understanding the Bible* của John R. W. Stott (Scripture Union, 978-1-85999-640-9, Rev ed. 2003).

*Knowing Scripture* của R. C. Sproul (IVP US, 978-083083-723-6, 2nd ed. 2009), chương 3-5.

*A Guide to Interpreting Scripture* của Michael Kyomya (Hippobooks, 978-9-96600-308-9, 2010)

*Introducing the Old Testament* của John Drane (Lion Hudson, 978-0-74595-503-2, 2010)

*Introducing the New Testament* của John Drane (Lion Hudson, 978-0-74595-504-9, 2010)

**Học Kinh thánh**

*Knowing Scripture* của R. C. Sproul (IVP US, 978-083083-723-6, 2nd ed. 2009), chương 1-2 và 6.

*Dig Deeper* của Andrew Sach (IVP UK, 978-184474-431-2, 2010)

*Dig Even Deeper* của Andrew Sach (IVP UK, 978-184474-432-9, 2011)

**Sự hiệp nhất của Kinh thánh**

*Bức Tranh Lớn Của Đức Chúa Trời* của Vaughan Roberts (IVP UK, 978-184474-370-4, 2009)

*Biblical Theology in the Life of the Church* của Michael Lawrence (Crossway, 978-143351-508-8, 2010)

*From Creation to New Creation* của Tim Chester (Good Book, 978-190831-785-8, 2010)

*Salvation Belongs to Our God* của Christopher J. H. Wright (Langham Global Library, 9781907713071, 2013)

www.ingramcontent.com/pod-product-compliance
Lightning Source LLC
Chambersburg PA
CBHW031417040426
42444CB00005B/618